இந்துத் தத்துவ இயல்

ராகுல் சாங்கிருத்யாயன்

தமிழாக்கம்:
ஏ.ஜி. எத்திராஜுலு

நியூ செஞ்சுரி புக் ஹவுஸ் (பி) லிட்.,
41-பி, சிட்கோ இண்டஸ்டிரியல் எஸ்டேட்,
அம்பத்தூர், சென்னை - 600 050.
☎: 044 - 26251968, 26258410, 48601884

Language: Tamil
Hindu Thaththuva Iyal
Author: **Rahul Sankrityayan**
Translation: **A.G. Ethirajulu**
First Edition: August, 1985
Fourth Edition: September, 2018
Fifth Edition: December, 2021
Copyright: Publisher
No. of pages: x + 118 = 128
Publisher:
New Century Book House Pvt. Ltd.,
41-B, SIDCO Industrial Estate,
Ambattur, Chennai - 600 050.
Tamilnadu State, India.
email : info@ncbh.in
Online:www.ncbhpublisher.in

ISBN: 978-81-2340-772-2

Code No. A 023

₹ 115/-

Branches

Ambattur (H.O.) 044 - 26359906 **Spenzer Plaza (Chennai)** 044-28490027 **Trichy** 0431-2700885 **Pudukkottai** 04322- 227773 **Thanjavur** 04362-231371 **Tirunelveli** 0462-4210990, 2323990 **Madurai** 0452 2344106, 4374106 **Dindigul** 0451-2432172 **Coimbatore** 0422-2380554 **Erode** 0424-2256667 **Salem** 0427-2450817 **Hosur** 04344-245726 **Krishnagiri** 0434-3234387 **Ooty** 0423 2441743 **Vellore** 0416-2234495 **Villupuram** 04146-227800 **Pondicherry** 0413-2280101 **Nagercoil** 04652-234990

இந்துத் தத்துவ இயல்

ஆசிரியர்: *ராகுல் சாங்கிருத்யாயன்*
தமிழாக்கம்: *ஏ.ஜி.எத்திராஜுலு*
முதல் பதிப்பு: ஆகஸ்ட், 1985
நான்காம் பதிப்பு: செப்டம்பர், 2018
ஐந்தாம் பதிப்பு: டிசம்பர், 2021

அச்சிட்டோர்: **பாவை பிரிண்டர்ஸ் (பி) லிட்.**,
16 (142), ஜானி ஜான் கான் சாலை, இராயப்பேட்டை, சென்னை - 14
☎: 044-28482441

All rights reserved. No part of this book may be reprinted or reproduced or utilised in any form or by any electronic, mechanical, or other means, now known or hereafter invented, including photocopying and recording, or in any information storage or retrieval system, without permission in writing from the publishers.

பதிப்புரை

'ராகுல்ஜி' என்றழைக்கப்படும் ராகுல் சாங்கிருத்யாயன் இந்தியத் தத்துவச் சிந்தனையாளர்களில் மிக முக்கியமானவராவார். இந்திய அளவிலான நாளிதழ்கள், வார, மாத இதழ்களில் வெளியான அவரது கட்டுரைகள் மேலதிக கவனத்தைப் பெற்றதோடு இன்றளவும் வரலாற்று முக்கியத்துவம் வாய்ந்தவையாக விளங்குகின்றன.

தன் வாழ்நாளின் பெரும்பகுதியை இந்தியா முழுமையும் மற்றும் பெரும்பாலான உலகநாடுகளுக்கும் பயணம் மேற்கொண்டு பெற்ற அனுபவங்களால் தாம் எழுதிய நூற்களால் அறிவுலகில் தனக்கான தடத்தைத் திறம்பட நிறுவிக்கொண்டவர்.

மார்க்சியத்தில் மிகு புலமைபெற்று விளங்கிய ராகுல்ஜி, மனித இனம், மனித சமூகம், உலக வரலாறு, தத்துவங்கள், சமயங்கள் குறித்து ஏராளமான நூல்களைப் படைத்தநிலையில், உலகளாவிய தத்துவ இயல்கள் குறித்து எழுதத் தொடங்கியபோது முதலில் எழுதத் தொடங்கிய நூல் இதுவேயாகும்.

'இந்துத் தத்துவ இயல்' என்னும் இந்நூலில் புராதனப் பிரமாணத் தத்துவ இயல் மற்றும் முதல், இரண்டாம், மூன்றாம், நான்காம் காலகட்ட உபநிஷத்துகளையும் அதன் முக்கியமான தத்துவாசிரியர்களின் கருத்து களையும் விரிவாக விளக்கியுள்ளார். மேலும் ஜைவலி, யாக்ஞுவல்கியர், கவுடபாதர், சங்கராச்சாரியார் போன்றோரின் தத்துவ விளக்கங்களும் இடம்பெற்றுள்ளன.

தமிழ், தெலுங்கு, இந்தி ஆகிய மொழிகளில் வல்லுனராக விளங்கிய ஏ.ஜி.எத்திராஜுலு அவர்கள் வாசகர்களுக்கு எளியமுறையில் இந்நூலை இந்தியிலிருந்து தமிழுக்கு மொழிபெயர்த்துள்ளார். அவரது எழுத்துப் புலமையும் திறனும் போற்றுதலுக்குரியது.

இந்நூலின் முதற்பதிப்பு என்சிபிஎச் வெளியீடாக 1985ம் ஆண்டு வெளியானது. 2003ம் ஆண்டில் இரண்டாம் பதிப்பு வெளிவந்தது. தத்துவார்த்தச் சிந்தனைகளில் நவீன புரிதலை உருவாக்கிட வகைசெய்யும் இந்நூலின் தேவையைக் கருத்தில்கொண்டு புதிய வடிவமைப்பில் தற்போது மீள்பதிப்பு செய்யப்படுகிறது.

- பதிப்பகத்தார்

முன்னுரை

இந்துத் தத்துவ இயல், பவுத்தத் தத்துவ இயல், இஸ்லாமியத் தத்துவ இயல், ஐரோப்பியத் தத்துவ இயல் ஆகியவற்றை விளக்கும் வகையில் ராகுல்ஜி இந்தி மொழியில் இயற்றிய முழுமையான நூலுக்கான முன்னுரை:

லட்சக் கணக்கான ஆண்டுகளாக மனிதன் இவ்வுலகத்தில் வாழ்ந்து வருகிறான் என்றாலும், அவனுடைய அறிவு வளர்ச்சியின் பொற்காலம் கி.மு. 5000-3000 ஆண்டுக்காலமாகும். இந்தக் காலத்தில் மனிதன் விவசாயம், நீர்ப்பாசனம், சூரிய பஞ்சாங்கம் போன்ற மகத்தான விஷயங்களை, சமுதாயத்தையே ஒட்டு மொத்தமாக மாற்றிவிடக் கூடிய கண்டுபிடிப்புகளைக் கண்டு கொண்டான். இப்படிப்பட்ட மனித அறிவின் கூர்மையை நாம் மீண்டும் கி.பி. 1760-க்குப் பிறகு, புதுயுகக் கண்டுபிடிப்புக்கள் துவங்கிய காலத்தில் பார்க்கிறோம். ஆனால், தத்துவ இயலானது முதல் யுகத்தில் உருப்பெறவே இல்லை; இரண்டாம் யுகத்திலோ அது வயோதிகமாகி கிழடு தட்டிவிட்டது. அது தன் இளமைப் பருவத்தைக் கழித்து விட்டிருந்தது. வயதாகிவிட்டதால் அதற்கு மரியாதை செலுத்தப்பட்டாலும், அது ஆராய்ச்சிச் சிந்தனையான விஞ்ஞானத்தின் துணையை ஏற்றுக் கொண்டபோதுதான்; மக்கள் அதனை ஏறெடுத்துப் பார்த்தனர். ஆனால், இந்த உண்மையை டாக்டர் ராதாகிருஷ்ணன் போன்ற பழம் சம்பிரதாய மதப் பிரசாரகர்கள் ஒப்புக்கொள்ளத் தயாராயில்லை. "புராதன இந்தியாவில் தத்துவ இயல் எந்த ஒரு விஞ்ஞானத்தையோ, கலையையோ பின்தொடர்ந்து செல்லாமல், எப்பொழுதுமே ஒரு தனியான இடம் பெற்றிருந்தது" என்று கூறுகிறார் அவர்.

இந்தியத் தத்துவ இயல் விஞ்ஞானத்தையோ, கலையையோ பின்தொடராமலிருந்தாலும், மதத்தின் வால் பிடித்துச் சென்றது என்பதில் சந்தேகமில்லை. மத அடிமைத்தனத்தைக் காட்டிலும், வேறென்ன அடிமைத்தனம் இருக்க முடியும்!

கி.மு. 3000-2600 ஆண்டுகள், மனித இனத்தின் அறிவார்ந்த வாழ்க்கையின் சிறந்த காலமல்ல; வீழ்ச்சிக் காலமேயாகும். இந்த நூற்றாண்டுகளில் மனிதன் மிகக் குறைந்த புதிய கண்டுபிடிப்புகளையே சாதித்தான். முதல் இரண்டாயிரம் ஆண்டுகள் உழைத்த மானசீகக் களைப்பிற்குப் பிறகு, 1000-700 ஆண்டுகளில் மனித மூளை பூரண ஓய்வு விரும்பியது போல் தோன்றுகிறது. இந்தக் கனவு நிலையின் உற்பத்தியே தத்துவ இயலாகும். தத்துவ இயலின் இப்படிப்பட்ட ஆரம்பம் நமது உள்ளத்தில் அதற்கு மரியாதையைத் தோற்றுவிக்கவில்லை. அதைப் பற்றியதொரு அலட்சியத் தன்மையையே உண்டாக்குகிறது. ஆனால் தத்துவ இயலின் துவக்கமே அதன் முழு வளர்ச்சியல்ல. கி.மு. 700க்குப் பிந்திய மூன்று, நான்கு நூற்றாண்டுகள் தத்துவ இயலின் பொற்காலமாகும். இந்தக் காலத்தில்தான் இந்தியாவில் உபநிஷத்துக்கள் முதல் புத்தர் வரையும், ஐரோப்பாவில் தேல் முதல் அரிஸ்டாடில் வரையிலும் தத்துவ வளர்ச்சி ஏற்பட்டது. இவ்விரு இந்திய- ஐரோப்பியத் தத்துவ இயல் பிரவாகங்களும் ஒன்றாகக் கலந்து, உலகத்தின் அனைத்துத் தத்துவ இயல்களின் பிறப்பிடமாகின்றன. அலெக்சாந்தருக்குப் பின்னர் இவ்விரு தத்துவ இயல்களின் சங்கமம் பற்றியும், அவ்விரண்டின் பிரதிநிதியாக பிளாட்டோவின் புதிய தத்துவ இயல் முன்னேறியதைப் பற்றியும் வாசகர்கள் முன்னால் படிப்பார்கள்.

தத்துவ இயலின் இப்பொற்காலம் முதலாவதும், கடைசியானதுமான கண்டுபிடிப்புகளின் யுகங்களுடன் போட்டியிட முடியாவிட்டாலும், மனித அறிவு உறக்கம் கொண்ட காலம் மட்டுமல்ல! இக்காலத்தின் தத்துவ இயல் தனியாக அமையாமல், பல்வேறு முன்னேற்றங்களின் விளைவாகும். எல்லா நாடுகளிலும் இம்முன்னேற்றம் ஒரே அளவில் இருக்க வேண்டுமென்ற விதி இல்லை. கி.மு. 600இல் எகிப்து, மெஸபடோமியா, சிந்துப் பள்ளத்தாக்கில் வாழ்ந்த புராதன மனிதர்கள் வானத்தைத் தொட்ட கற்பனைகளுக்குப் பிறகு, களைத்து உட்கார்ந்து விட்டிருந்தனர். ஆனால், இதே காலத்தில் புதிதாக வந்தவர்களின் கலப்பால் தோன்றிய இனத்தவரான இந்தியரும், கிரேக்கரும் தமது கற்பனைத் தாவல்களைத் துவக்கினர். தத்துவ இயலில் கிரேக்கர்கள் கி.மு. 600-300 வரை முன்னேறிக் கொண்டிருந்தனர். ஆனால், இந்துக்கள் கி.மு. 400 ஆண்டுக்கெல்லாம் களைத்து உட்கார்ந்துவிட்டனர். ஐரோப்பாவில் கி.மு. 300-லேயே இருள் சூழ்ந்து விட்டது. பின்னர் கி.பி. 1600இல் பத்தொன்பது நூற்றாண்டுகளுக்குப் பிறகு மீண்டும் புதிய ஒளி (மறுமலர்ச்சி) ஏற்பட்டது. ஆனால், இந்த மூன்று நூற்றாண்டுகளின் நீண்ட காலத்தில்- கி.பி. 900-1200இல் தத்துவ இயலின் சுடர் பூரணமாக அணைந்து விட்டதென்று கூறமுடியாது. அக்காலத்தில் இஸ்லாமியத் தத்துவாசிரியர்களின் கரங்களில் அச்சுடர் ஒளிவிட்டுப் பிரகாசித்தது.

இந்தச் சுடரிலிருந்தே புதிய ஐரோப்பா தனது தத்துவ தீபத்தை ஏற்றிக் கொண்டது. இங்கே தத்துவ இயலின் இந்தியக் கிளை, கி.மு. 400ஆம் ஆண்டுக்குப் பிந்தைய நான்கு நூற்றாண்டுகள் வரை சாம்பலுக்குள் தீப்பொறியாக விழுந்து கிடந்தது. ஆனால், கி.பி. முதல் நூற்றாண்டிலிருந்து ஆறாம் நூற்றாண்டு வரை- குறிப்பாகக் கடைசி மூன்று நூற்றாண்டுகளில்- அது அற்புதங்களை நிகழ்த்தி இருக்கிறது. அக்காலத்தில் ஐரோப்பாவில் தத்துவ இயல் பின்னடைந்திருந்தது. ஒன்பதாம் நூற்றாண்டிலிருந்து பன்னிரண்டாம் நூற்றாண்டு வரை இந்தியத் தத்துவ இயல், இஸ்லாமியத் தத்துவ இயலுக்குச் சம காலத்தியதாகவும், ஈடானதாகவுமிருந்தது. ஆனால், அதற்குப் பிறகு அது ஆழ்ந்த உறக்கத்தில் மூழ்கி விட்டது. அந்த உறக்கத்திலிருந்து இன்று வரை விழித்துக் கொள்ளவில்லை. இஸ்லாமியத் தத்துவ இயலின் வீழ்ச்சிக்குப் பின்னர் பதினாறாம் நூற்றாண்டில் மதத்திலிருந்து தன்னை விடுவித்துக் கொண்டிராவிட்டால், ஐரோப்பியத் தத்துவ இயலின் கதியும் இப்படித்தான் முடிந்திருக்கும். பதினாறாம் நூற்றாண்டில் ஐரோப்பாவில் மதத்தை வளர்க்கும் தத்துவ இயல் முடிவுக்கு வந்துவிட்டது. ஆனால், இந்தியாவில் மதத்தை வளர்க்கும் தத்துவ அறிஞர்கள் தொடர்ந்து வரிசையாகத் தோன்றிக் கொண்டே இருந்தனர். மதத்திற்குத் தத்துவ இயலை அடிமைப்படுத்தியதை அவர்கள் பெருமைக்குரிய விஷயமாக எண்ணிக் கொண்டிருந்தனர். தத்துவ இயலுக்கு விஞ்ஞானத்தையும், கலையையும் துணையாகக் கொள்வதால், உயிருள்ள இயற்கையின்- ஆராய்ச்சியின் வலுவான உதவியைப் பெற்று, அதன் ஆக்க சக்தியைப் பெருக்க முடியுமென்பதை அவர்கள் உணரவில்லை. ஆராய்ச்சியிலிருந்து சுதந்திரத்தை விரும்பும் தத்துவ இயல், அறிவு, வாழ்க்கை, இறுதியாகச் சுதந்திரத்திலிருந்தே சுதந்திரம் விரும்புகிறதென்று பொருள்.

உலகு தழுவிய தத்துவ இயல் வரிசையை ஆராய்ந்தால், அது தேசியமாக இருப்பதைவிட, சர்வதேசியமானதாக இருப்பதைக் காணலாம். ஒரு மதம் இதர நாடுகளில் உள்ள மதங்களின் கருத்துகளைத் தாராள மனத்துடன் ஏற்றுக்கொண்டதைப் போல், தத்துவ இயலும் பிற தத்துவக் கருத்துக்களை ஏற்றுக் கொள்வதில் தாராள மனப்பான்மை காட்டியிருக்கிறது. தத்துவக் கருத்துக்களுக்குப் பின்னால் பொருளாதாரப் பிரச்சினைகள் இருக்கவில்லை என்பது தவறாகும். என்றாலும் தத்துவ இயல் மதங்களைக் காட்டிலும் ஒரு நாட்டின் தன்னலத்தை மற்ற நாடுகளின் மேல் குறைவாகவே சுமத்தியிருக்கிறது. அதனால்தான் கங்கை, ஆமூ- தஜ்லா, நாளந்தா, புகாரா, பாக்தாத், கார்தோவா ஆகியவற்றின் சுயேச்சையான அன்பு நிறை சங்கமம் தத்துவ இயல்களிடையே நிகழ்ந்ததைப் போல்,

விஞ்ஞானம் தவிர வேறெந்தத் துறையிலேயும் நிகழவில்லை. அவகாசமும், சாதனங்களும் இல்லாததால் சீன, ஜப்பான் தத்துவ இயல்களை என்னால் இத்தொகுப்பில் தர இயலவில்லை. அப்படியிருந்தும் தத்துவ இயலில் தேசியத்தை வலியுறுத்துபவர்கள் விஷயம் தெரியாதவர்களே என்று நிச்சயமாகக் கூறுவேன். அவர்கள் மற்றவர்களையும் அறியாமையில் ஆழ்த்தப் பார்க்கிறார்கள்.

நான் இங்கே தத்துவ இயலை உலகப் படத்தில் தலைமுறைக்குப் பின்னர் தலைமுறையாக வைத்துப் பார்க்க முயற்சி செய்துள்ளேன். இதில் நான் எவ்வளவு தூரம் வெற்றி பெற்றுள்ளேன் என்பதைச் சொல்ல, நான் தகுதிபடைத்தவனல்லன். ஆனால், தத்துவ இயலைப் புரிந்து கொள்ள இதுவே சரியான வழி என்பதில் எனக்கு ஐயமில்லை. இதுவரை எந்த இந்திய மொழியிலும் இப்படிப்பட்ட முயற்சி செய்யப்படவில்லை என்பது எனக்கு வருத்தமளிக்கிறது. ஆனால் இந்த நிலை தொடர்ந்து நீடித்திருக்காதென்பதும் நிச்சயம்.

இதை எழுதுவதில் எனக்குத் துணை புரிந்த நூல்களின் பெயர்களும், அவற்றின் ஆரியர்களின் பெயர்களும் இறுதியில் அனுபந்தத்தில் தந்திருக்கிறேன். அவர்களுக்குச் சம்பிரதாய முறையில் நன்றி தெரிவித்து விடுவதால் மட்டுமே, அவர்களுக்கு நான்பட்ட கடனைத் தீர்த்து விட்டதாகாது. இந்தி மொழியில் தத்துவ இயலைப் பற்றி இப்படிப்பட்ட நூல்கள் நிறைய வர வேண்டும்; என்னுடைய இந்தத் "தத்துவ திசைகாட்டி" நூலை யாரும் நினைவில்கூட வைத்திருக்கக்கூடாது. அப்பொழுதுதான் நான் அவ்வாசிரியர்களின் கடனிலிருந்து விடுபட்டவனாவேன். ஒவ்வொரு நூலாசிரியனும் தன்னுடைய நூலைக் குறித்து இப்படிப்பட்ட கருத்தே கொண்டிருக்க வேண்டும். அழியாத புகழ் பெற வேண்டுமென்னும் விருப்பமெல்லாம் வெறும் பிரமையே தவிர, வேறல்ல.

இந்நூலை எழுதுவதற்குப் புத்தகங்களும், மற்ற விஷயங்களும் திரட்டித் தந்த பதந்த ஆனந்த கவுசல்யாயனருக்கும், பண்டித உதய நாராயண திவாரிக்கும் என் நன்றி உரித்தாகுக!

மத்திய சிறை, **ராகுல் சாங்கிருத்யாயன்**
ஹஜாரிபாக் (பீகார்)
25. 3. 1942

பொருளடக்கம்

1. புராதனப் பிராமணத் தத்துவ இயல் (கி.மு. 1000-600) — 1
2. உபநிஷத்துகள் (கி.மு. 700-100) — 12
3. இரண்டாம் காலகட்ட உபநிஷத்துகள் (கி.மு. 600-500) — 33
4. மூன்றாம் காலகட்ட உபநிஷத்துகள் (கி.மு. 500-400) — 39
5. நான்காம் காலகட்ட உபநிஷத்துகள் (கி.மு. 200-100) — 55
6. உபநிஷத்துகளின் முக்கிய தத்துவாசிரியர்கள் — 65
    1. பிரவாஹன் ஜைவலி — 66
    2. உத்தாலக ஆருணி கவுதமர் — 69
    3. யாக்ஞவல்கியர் — 77
    4. சத்யகாம ஜாபாலர் — 96
    5. சயுக்வா ரைக்வ — 99
7. கவுடபாதரும் ஆதிசங்கரரும் — 103
    1. கவுடபாதர் — 107
    2. சங்கராச்சாரியார் — 109

    துணை நூல்கள் — 117

அத்தியாயம் ஒன்று

புராதனப் பிராமணத் தத்துவ இயல் (கி.மு. 1000-600)

தத்துவ இயல் மனித அறிவு மிகப் பிற்காலத்தில் கண்டு கொண்டதாகும். ஐரோப்பாவில் கி.மு. ஆறாம் நூற்றாண்டில் தத்துவ இயல் தொடங்குகிறது. கி.மு. பத்தாம் நூற்றாண்டில் படைக்கப்பட்ட வேதங்களின் பழைய மந்திரங்களில் தத்துவ இயலின் சாயல் தென் பட்டாலும் ஐரோப்பாவைப் போலவே கி.மு. ஆறாம் நூற்றாண்டி லிருந்து தான் இந்தியாவிலும் தத்துவ இயல் ஆரம்பமாகியது.

புராதன மனிதன் தனது அறியாமைக்கும் அச்சத்துக்கும் காரணமும் உதவியும் தேட முயலும்போது, அவன் கடவுள்களிடமும், மதங்களிடமும் போய்ச் சேர்ந்தான். எளிமையான, ஆடம்பரமற்ற கடவுள் நம்பிக்கையும், மதப்பற்றும் வளர்ந்து கொண்டிருக்கும் அவனுடைய அறிவைத் திருப்திப்படுத்த முடியாதபோது, அவனது சிந்தனை தத்துவ இயலை நோக்கிச் சென்றது. புராதன மனிதன் தனது வாழ்க்கைப் பயணத்திலிருந்து மதங்கள்வரைப் போய்ச்சேர, லட்சக்கணக்கான ஆண்டுகள் பிடித்தன. இதிலிருந்து மனிதனின் சகஜ அறிவு இயற்கையுடனே சேர்ந்திருக்க அதிகமாக விரும்புகிறதென்று தெரிகிறது. மனித சமுதாயம் தனது சுயநலக் காரணங்களால் வர்க்கங் களால் வர்க்கங்களாகப் பிரிந்திராவிட்டால், தத்துவ இயலும் இவ்வளவு வெற்றியடைந்திருக்காது. மாறிக் கொண்டே இருக்கும் உலகின் மாற்றத்தால் ஏற்படும் சமுதாய மாற்றத்தால், வர்க்க நலன்களுக்குப் பேரபாயம் இருக்கிறது. அதனால் அவை மாறிக்கொண்டே இருக்கும் உலகத்தில் தம்மை அழியாமல் பாதுகாத்துக் கொள்ள முயற்சிக்கின்றன. இக்காரணங்களாலேயே தந்தை வழிச் சமுதாயம், மதமென்னும் நிரந்தர விஷயத்தைத் தோற்றுவித்தது. இயற்கைச் சக்திகளிலிருந்தும், சிறந்து-வாழ்ந்து கொண்டிருந்த உயிர்களின் அச்சத்திலிருந்தும் அச்சமுதாயம் மதத்தைப் பல கடவுள்களாகவும், பேய்களாகவும் மாற்றி விட்டது.

சுரண்டும் வர்க்கத்தின் பலம் அதிகமாக அதிகமாக, அது தனது சமுதாய அமைப்பையே முன்மாதிரியாகக் கொண்டு, கடவுள் கூட்டத்தையும் சமூக நிறுவனங்களையும் கற்பனை செய்தது. வளர்ச்சியுடன் கூடவே சுயேச்சையாகச் சிந்திக்கத் தலைப்பட்ட அறிவை, தொடர்ந்து தடை செய்ய ஐரோப்பியத் தத்துவ இயலிலும் முயற்சி செய்யப்பட்டதை நாம் காணலாம். இப்படித் தத்துவ இயலைச் சுயநலத்துக்காகப் பயன் படுத்தியவர்கள் எல்லோரும் வேண்டுமென்றே அப்படிச் செய்தார்க ளென்றும் சொல்ல முடியாது. நல்லெண்ணம் படைத்த எத்தனையோ தத்துவாசிரியர்களும் தமது மனத் திருப்திக்காகவும் அவ்விதம் செய்திருக்கின்றனர்.

1. வேதங்கள் (கி.மு. 1500-1000)

ஆரியர்கள் இந்தியாவுக்கு வருவதற்கு முன்பே சிந்து நதிப் பள்ளத்தாக்கில் அஸீரியருக்கு (மெஸபடோமியாவினருக்கு) சம காலத்தவராகிய ஒரு நாகரிக இனத்தவர் வாழ்ந்து வந்தனர். அவர்களின் நிலப்பிரபுத்துவ சமுதாயம், அப்பொழுதே ஆப்கானிஸ்தானத்துக்குள் நுழைந்து கொண்டிருந்த தந்தை வழிச் சமுதாயத்தவரான ஆரியர் களைவிட உயர்ந்த நிலையிலிருந்தது. முரடர்களும், போர் வீரர்களுமான ஜெர்மானியர்கள் நாகரிகமும் பண்பாடுமுள்ள ரோமானியர்களையும், அவர்களுடைய பெரும் சாம்ராஜ்ஜியத்தையும் கிபி. நாலாம் நூற்றாண்டில் அழித்து விட்டதைப் போலவே, ஆரியர்களும் சிந்துப் பள்ளத்தாக்கில் வாழ்ந்திருந்த மக்களைத் தோற்கடித்து, அங்கே கி.மு. 1800 வாக்கில் தமது அதிகாரத்தை நிலை நிறுத்தினர். இதே காலத்தில் சிறிது ஏற்றத்தாழ்வுடன் மேற்கிலும் இந்திய- ஐரோப்பிய இனத்தைச் சேர்ந்த ஒரு பிரிவினரான கிரேக்கர்கள், கிரீஸில் வாழ்ந்து கொண்டிருந்த பழங்குடியினரைத் தோற்கடித்துத் தமது ஆட்சியை நிலைநாட்டினர். ஒரே சமயத்தில் பல நாடுகளில் மனித சமுதாய வளர்ச்சி ஒரேவிதமாக இல்லாவிட்டாலும், இந்திய- ஐரோப்பிய இனத்தின் இரு பிரிவுகளாக கிரேக்கர்களும், ஆரியர்களும் ஒரே மாதிரியான வளர்ச்சியடைந்ததைக் கவனிக்கலாம்; பிற்காலத்தில் அவ்வளர்ச்சி வேறுபட்டதென்பதும் உண்மைதான்! அவர்களில் ஒரு முக்கியமான வேற்றுமையை இங்கே குறிப்பிட வேண்டும். காலம் செல்லச் செல்ல இந்திய ஆரியர்களின் வளர்ச்சி தடைப்பட்டு நின்றுவிட்டது. அதனால், அவர்களது சமுதாய அமைப்பையே இளம் பிள்ளைவாதம் தாக்கி விட்டது. அவர்களின் சமுதாயம் உயிருள்ள சவமாகிவிட்டது. இன்று அது நாலாயிரம் ஆண்டுகளில் புரிந்த முட்டாள்தனங்களின் காட்சிச் சாலையாக இருக்கிறது. ஆனால், கிரேக்க சமுதாயம் சூழ்நிலையைப் பொறுத்து மாறிக் கொண்டே இருந்தது. இன்று நன்கு படித்த இந்தியர்களும்கூட வேதங்களையும், உபநிஷத்துக்களையும் இயற்றிய ரிஷிகளையும்,

முனிவர்களையும் எல்லையற்ற காலத்துக்கு முன்னமேயே சிந்தித்து, தத்துவங்களை எடுத்துக் கூறிய மேதைகளாகக் கருதுகின்றனர்; ஆனால், இன்றைய ஐரோப்பியப் படிப்பாளிகள் கிரேக்கத் தத்துவாசிரியர் களான பிளாட்டோவையும், அரிஸ்டாட்டிலையும் தத்துவ இயலைச் சிறப்பாக ஆரம்பித்து வைத்தவர்களாகக் கருதினாலும், அவர்கள் எல்லாவற்றையும் சிந்தித்துவிட்டதாக நினைப்பதில்லை.

இந்த நூற்றாண்டின் முதல்பாகத் துவக்கத்தில் மொகஞ்ஜோதாரோ, ஹரப்பாவில் கிடைத்த சிதைவுகளினால் சிந்து நதிப்பள்ளத்தாக்கின் நாகரிகம் தெரிய ஆரம்பித்தது. அக்காலத்திய நாகரிகங்களின் சிதைவு களும், நாகரிக வாழ்க்கையின் மிச்ச சொச்சங்களும் காணக்கிடைத்தன. அங்குக் கிடைத்தவற்றிலிருந்து மெஸபடோமியாவின் பழைய நாகரிக இனத்தாரைப் போலவே சிந்துப் பள்ளத்தாக்கில் வாழ்ந்தவர்களும் நிலப்பிரபுத்துவ சமுதாய அமைப்பில் இருந்து வந்ததாகத் தெரிய வருகிறது. அவர்கள் விவசாயமும், கைத்தொழில்களும், வணிகமும் செய்துவந்தனர். தாமிர யுகத்திலும், பித்தளை யுகத்திலும் அவர்கள் வாழ்ந்தாலும் எவ்வளவோ வளர்ச்சி அடைந்திருந்தனர். முழுமையான ஒரு மதத்தைப் பின்பற்றினர். அவர்கள் சித்திர எழுத்துக்களையும் பயன்படுத்தினர். அச்சித்திர எழுத்துக்களையும் மற்ற முத்திரைகளையும் இதுவரையிலும் பூரணமாகப் படிக்க இயலாவிட்டாலும், சிந்து நாகரிகம் அசுர நாகரிகத்திற்கும், கால்திய நாகரிகத்திற்கும் சம காலத்திய தென்றும், அவற்றின் கூடப்பிறந்த நாகரிகமென்றும், அவர்களுடையவை போன்ற மதக் கருத்துக்களையே இவர்களும் கொண்டிருந்தனர் களென்றும் மற்ற ஆராய்ச்சிகளால் தெரிகிறது. சிந்து மக்கள் லிங்கத் தையும், மற்ற கடவுள் சின்னங்களையும், விக்கிரகங்களையும் வழிபட்டு வந்தாலும், அவர்களிடையே தத்துவச் சிந்தனை இருந்ததாகத் தெரியவில்லை. அப்படி இருந்திருந்தால் ஆரியர்களுக்கு முதலிலிருந்தே தத்துவச் சிந்தனையை ஆரம்பிக்க வேண்டிய அவசியம் நேர்ந்திருக்காது.

1. ஆரியர்களின் இலக்கியமும் காலமும்

கி.பி. 300இல் வாழ்ந்திருந்த ஜைமினியின் கருத்துப்படி, ஆரியர்களின் பழமையான இலக்கியமான வேதங்கள் 'மந்திரங்கள்' என்றும், 'பிராமணங்கள்' என்றும் பிரிக்கப்பட்டுள்ளன. மந்திரங்களின் தொகுப்பை 'ஸம்ஹிதாக்கள்' என்கின்றனர். ரிக் வேதம், யஜுர் வேதம், ஸாம வேதம், அதர்வண வேதங்களுக்குத் தனித்தனியாக 'மந்திர ஸம்ஹிதைகள்' உள்ளன. அவை பல பிரிவுகளின்படி பல்வேறாக இருக்கின்றன. மிக நீண்ட காலம் வரையிலும்கூட, புத்தர் வாழ்ந்திருந்த கி.மு. 563-483க்குப் பிறகும்கூட, பிராமணர்களும், மற்ற மதத்தினரும் தமது நூல்களை எழுதிப்படிக்காமல், மனப்பாடம் செய்தே படித்துவந்தனர். அவர்கள் கடுஞ்சிரமத்துடன் வேதங்களின் யாப்பு, இலக்கணம், உச்சரிப்பு, ஸ்வரம் ஆகியவைகளை மனப்பாடம் செய்து

பாதுகாத்து வைத்தது சாதாரண விஷயமல்லவென்பதில் சந்தேகமில்லை. ஆனால், இன்றும் வேத மந்திரங்கள் தமது பழைய மூல உருவிலேயே அச்சிடப்பட்ட நூல்களிலும் அப்படியே இருக்கின்றனவென்று கூறுவதிற்கில்லை. அப்படியிருந்தால் ஒன்றேயான சுக்ல யஜுர் வேத ஸம்ஹிதாவின் 'மாத்யந்தின்', 'காண்வ' பிரிவுகளின் மந்திரங்களில் வேற்றுமை இருக்காது. ஆரியர்களின் சிந்தனையும், அக்காலத்திய சமுதாய நிறுவனங்களுக்காகத் துவக்கக் காலத்தில் இயற்றப்பட்டவை 'மந்திரம்' (ஸம்ஹிதா) 'பிராமணம்', 'ஆரண்யகம்' என்ற மூன்று பிரிவுகளாக இருக்கின்றன. வைதீக இலக்கியத்தையும், சடங்குகள்-சம்பிரதாயங்களையும் பாதுகாக்கக் கூடிய பிராமணர்கள் பல பிரிவு களாகப் பிரிந்துபோனதால், அவர்களிடையே அநேக சம்பிரதாயங்கள் தோன்றிவிட்டன. ஒவ்வொரு சம்பிரதாயத்துக்கும் (பிரிவுக்கும்) தனித்தனியாக ஸம்ஹிதையும், பிராமணமும், ஆரண்யகமும் இருந்தன. எடுத்துக்காட்டாக (கிருஷ்ண) யஜுர் வேதத்தின் தைத்ரீயப் பிரிவுக்கு தைத்ரீய ஸம்ஹிதையும், தைத்ரீயப் பிராமணமும், தைத்ரீய ஆரண்யகமும் உள்ளன. இன்று எத்தனையோ பிரிவுகளின் ஸம்ஹிதாக்களும் பிராமணங்களும், ஆரண்யகங்களும் அழிந்துவிட்டன.

வேதங்களில் மிகப் புராதனமானது ரிக்வேத மந்திர ஸம்ஹிதாவாகும். ரிக்வேத மந்திரங்களை இயற்றிய ரிஷிகளில் விஸ்வாமித்திரர், வசிஷ்டர், பரத்வாஜர், கோதமர் (தீர்க்கதமாரர்) அத்ரி ஆகியோர் மிகப் பழையவர்கள். இவர்களில் சிலர் விஸ்வாமித்திரர், வசிஷ்டரைப் போன்று சமகாலத்தவர். மற்ற சிலர் ஒன்றிரண்டு தலைமுறைகள் வித்தியாசப்பட்டவர்கள். அங்கிராவின் பேரனும், பிரகஸ்பதியின் மகனுமான பரத்வாஜர் கி.மு.1500இல் வாழ்ந்திருந்தார். பரத்வாஜர் வட பாஞ்சாலத்தின் (தற்கால ருஹேல்கண்ட்) அரசனான திவோதாஸின் புரோகிதர். விஸ்வாமித்திரர் தென் பாஞ்சாலத்தை (ஆக்ராவை) சேர்ந்தவர். வசிஷ்டர் 'குரு' [தற்போதைய மீரட் - அம்பாலா] அரசரின் புரோகிதர் ரிக்வேதம் முழுவதும் ஆறேழு தலைமுறைகளைச் சேர்ந்த ரிஷிகளின் படைப்பாகும். இது கீழ்க்கண்ட பிரகஸ்பதியின் வம்சாவளியிலிருந்து நன்கு விளங்கும்.

அங்கிரா
|
பிரகஸ்பதி (கி.மு. 1520)
|
பரத்வாஜர் (கி.மு. 1500)
|
விதத்தி
|
நர் (கி.மு. 1460)
|
ஸ்ம்க்ருதி (கி.மு. 1440)
|
கவுரவீதி (கி.மு. 1420) (ரந்தி தேவர்)

இவர்களில் பிரகஸ்பதி, பரத்வாஜர், நர், கவுரவீதி ஆகியோர் ரிக்வேத ரிஷிகளாவர். பிரகஸ்பதியிலிருந்து கவுர வீதி வரை ஆறு தலைமுறைகளாகின்றன. கவுரவீதி சாங்கிருத்யாயனர்களுடைய ஒரு மூல புருஷராவார். ரிஷிகளின் தலைமுறைகளை ஆராயும் போது கி.மு. 1520லிருந்து கி.மு. 1420-க்குள்ளாகவே ரிக்வேதத்தின் பெரும்பகுதி இயற்றப்பட்டதாகத் தெரிகிறது. அதற்குப் பின்னர் கி.மு. ஏழு, ஆறு நூற்றாண்டுகளில் பிராமணங்களும், ஆரண்யகங்களும் இயற்றப் பட்டன. புராதன உபநிஷத்துகளில் ஒரெயொரு (ஈசா) மந்திர ஸ்ம்ஹிதா (சுக்ல யஜுர் வேதம்) இருக்கிறது; மற்ற ஏழு பிராமணங் களும் ஆரண்யகங்களுமாகும்.

குரு, வட, தென் பாஞ்சால ராஜ்ஜியங்களில் அதாவது இன்றைய மேற்கு உத்திரப் பிரதேசத்தில் ரிக்வேதம் படைக்கப்பட்டது. ஆரியர்கள் இந்தியாவுக்குள் வந்த பிறகு அது அவர்களின் மூன்றாவது இருப்பிடமாகும். அவர்களுடைய முதல் இருப்பிடம் ஆப்கானிஸ்தானத் திலுள்ள காபூல், ஸ்வாத் ஆற்றுப் பள்ளத்தாக்குகளாகும். இரண்டாம் இருப்பிடம் பஞ்சாபிலுள்ள சப்த சிந்துப் பிரதேசமாகும். மூன்றாவது இருப்பிடம் மேற்கு உத்தரப் பிரதேசத்திலுள்ள கங்கை- யமுனை- ராமகங்கா நதிகளின் வளமான பகுதிகளாகும். பிரயாகை (அலகாபாத்) சரஸ்வதி நதியிடையேயுள்ள பிரதேசத்தைப் பிற்காலத்தில் மிகப் புனிதமானதாகவும், பல புண்ணியத் தலங்களுடையதாகவும் 'ஆர்யா வர்த்த'மென்றும் ஏன் சொல்லப்பட்டதென்று இப்பொழுது விளங்குகிறதல்லவா!

வேதங்களில் ஆரியர்களின் சமூகத்தைப் பற்றித் தெரிவதிலிருந்து 'ஆரியா வர்த்தத்தில்' நிலைகொண்டுவிட்ட பிறகு, அவர்களில் குரு, பாஞ்சாலம் போன்ற நிலப்பிரபுத்துவ அரசாட்சிகள் அமைந்து விட்டன. உழவும், கம்பளி ஆடைகள் தயாரிப்பும், வியாபாரமும் நன்கு நடைபெற்று வந்தன. எனினும், எல்லாவற்றையும்விட மாடு மேய்த்தலே ஆரியர்களுடைய முக்கிய பொருளுற்பத்தித் தொழிலாக இருந்தது. ஏனெனில் மாடு மேய்த்தலால் அவர்களுக்கு மாமிசமும், பாலும், உழுவதற்குக் காளைகளும் கிடைத்துவந்தன. ஆரியா வர்த்தத்தில் ஆரியர்கள் நிலையாக இருந்துவிட்ட பிறகு துவக்கத்திலேயே அவர்களிடையே 'வர்ணங்கள்' அல்லது ஜாதிகள் தோன்ற ஆரம்பித்து விட்டன என்றாலும், அவை கடுமையானவையாக இருக்கவில்லை. ஆரியர்களில் பிராமணர்களும், க்ஷத்திரியர்களும் மிகத் தூய்மையான ரத்தமுடையவர்களாக இருந்தனர். விஸ்வாமித்திரர் மட்டுமே க்ஷத்திரியராக இருந்து ரிஷியாகி விடவில்லை; பிராமணரான பரத்வாஜரின் பேரர்களான ஸுஹோத்ர, ஷன் ஹோத்திர ஆகியோரின்

குழந்தைகளும் குரு, பாஞ்சால ராஜ்ஜியங்களின் அரசர்களானார்கள். இவ்விதமாக குரு பாஞ்சால காலத்தில் பிராமணர், க்ஷத்திரியர், அரசர், புரோகிதர் சம்பந்தப்பட்டவரை வர்ண அமைப்பு (ஜாதி அமைப்பு) அவரவர்கள் செய்யும் தொழிலை அடிப்படையாகக் கொண்டிருந்தது. பிராமணன் க்ஷத்திரியனாகவும், க்ஷத்திரியன் பிராமணனாகவும் மாறிக்கொள்ளலாம். பிற்காலத்தில் அரசர்களின் ஆதரவில் வம்ச பரம்பரையாக வந்த புரோகிதர்கள் பிராமணர்களாகவும், பிராமணர்கள் வகுத்த விதியின்படி க்ஷத்திரியர்கள் பரம்பரைப் போர் வீரர்களாகவும் ஆகிக் கொண்டிருந்தாலும், அந்தக் காலத்திலும்கூட சப்த சிந்து பிராந்தியத்திலும், காபூல்- ஸ்வாத் பகுதியிலும் பிராமணர் முதலிய வேற்றுமைகள் நிலைபெறவில்லை. கிழக்கில் மல்ல, வஜ்ஜி ஆகிய குடியரசுகளிலும் இதே நிலைமைதான் நிலவி வந்தது. புரோகிதர்களின் அகம்பாவத்தாலும், ஆணவத்தாலும் ஆரியா வர்த்தத்தைச் சேர்ந்த பிராமண- க்ஷத்ரியர்களைவிட, தூய்மையான ரத்தமுடைய இவ்வாரியர்கள் களங்கமுடையவர்களாகக் கருதப்பட்டனர். அப்பகுதிகளில் வாழ்ந்த ஆரியர்கள் தமது பழைய சமுதாய அமைப்பை அப்படியே வைத்துக் கொள்ள விரும்பினர். ஆரிய நிலப்பிரபுத்துவ உயர் வளர்ச்சியின் தோற்றமான பிராமணர் போன்ற வேற்றுமைகளை அவர்கள் பின்பற்ற விரும்பவில்லை.

ரிக்வேத காலத்தின் ஆரியா வர்த்தத்தில் (கி.மு. 1500-1000) ஏற்கெனவே கூறியபடி விவசாயமும், மாடு மேய்த்தலும் முக்கியத் தொழில்களாக இருந்தன. உத்தரப்பிரதேசம் அப்போதைக்கும் அடர்த்தியான காடுகளால் சூழப்பட்டிருந்ததால், உழவுத் தொழிலுக்கு அது மிகவும் வசதியாக இருந்தது. அன்றைய ஆரியர்கள் கோதுமை, அரிசி, பால், நெய், தயிர், மாமிசம் (அதுவும் பசுவின் மாமிசம், அதிலும் கன்றின் மாமிசம் என்றால் அவர்களுக்குக் கொள்ளை ஆசை) உண்டு வந்தனர். மாமிசத்தைச் சமைத்தும், சுட்டும் சாப்பிட்டனர். அப்போதைக்கு மசாலாவைப் பயன்படுத்துவதும், தாளிப்பு செய்வதும் அதிக பழக்கத்தில் வரவில்லை. சூடான மாமிச சூப்பை (ரசத்தை) பானமாகப் பருகி வந்தனர். இந்தப் பானம் இந்திய- ஐரோப்பிய ஆரியர்கள் ஓரிடத்தில் இருந்தபோது, அவர்களின் முக்கிய பானமாக விளங்கி வந்தது. சோமரசம் (கஞ்சாவிலிருந்து தயாரிக்கப்பட்ட பானம்) இந்திய- பாரசீக காலத்திலிருந்து அவர்களுக்கு மிக விருப்பமான பானமாக இருந்தது. வெற்றிலை போடுவதும் நாட்டியமாடுவதும் அவர்களுக்குப் பிடித்தமான பொழுது போக்கு அம்சங்கள். கொல்லர், குயவர் போன்றோர் தத்தமது தொழில்களைச் செய்து வந்தனர். கம்பளி நூல் நூற்றலும் ஆடை நெய்தலும் சாதாரணமாக ஒவ்வொரு ஆரிய இல்லத்திலும் இருந்தன. கம்பளித் துணிகளும், தோல் ஆடைகளும் அவர்கள் அணிந்து வந்தனர்.

சிந்துப் பள்ளத்தாக்கில் வாழ்ந்த மக்கள் மெஸபடோமியா, எகிப்து மக்களைப் போலவே தனித்தனிக் கடவுள்களை வழிபட்டனர். கடவுள் விக்கிரகங்களும், அடையாளங்களும் அங்கே தோன்றின. ஆனால், ஆரியா வர்த்த ஆரியர்களுக்கு இவையெல்லாம் பிடிக்கவில்லை. குறிப்பாக அவர்கள் சிந்துப் பள்ளத்தாக்கு மக்களின் லிங்க வழிபாட்டை வெறுத்தனர். "ஆண் குறியைத் தொழுபவர்கள்" என்று அவர்களைக் கேலி பேசினர். ஆரியா வர்த்தத்தின் ஆரியர்களுடைய கடவுள்களான இந்திரன், வருணன், சோமன், மேகம் பெரும்பாலும் இயற்கைச் சக்திகளேயாகும். இக்கடவுள்களின் புகழ்ச்சிகளில் நாம் அவ்வப்போது கவிதை நயத்தையும் காணலாம். ஆனால், அவை வெறும் கவிதைகள் மட்டுமல்ல; பக்தர்களின் பரவசமான புகழாரங்களுமாகும். காற்றைத் தொழும்போது ரிக்வேதத்தின் ரிஷி கூறுகிறார்:

> "அவன் எங்கே தோன்றினான், எங்கிருந்து வருகிறான்? அவன் தேவர்களுக்கு உயிரூட்டுபவன், உலகின் மூத்த மகன். காற்றுத் தேவன் தன் விருப்பப்படி எங்கேயும் சுற்றித்திரிவான் அவன் செல்லும் ஓசையை நாம் கேட்கிறோம்; ஆனால், அவன் உருவத்தைப் பார்ப்பதில்லை.

2. தத்துவக் கருத்துக்கள்

(1) கடவுள்: ரிக் வேதத்தின் பழைய மந்திரங்களில் இந்திரன், சோமன், வருணன் ஆகியோரைப் பற்றி மிக உயர்வாகப் பாடியிருந் தாலும் அக்காலத்தில் ஒரேயொரு கடவுளைச் சர்வவல்லமை படைத்த வனாகக் கருதும் எண்ணம் தோன்றவில்லை. ஒரு கடவுளுக்குப் புகழாஞ்சலி செலுத்தத் தொடங்கும் ரிஷி, அந்தக் கடவுளையே எல்லா நற்குணங்களின் இருப்பிடமென்று கூறிவிடுவார். ஆனால் நாம் ரிக்வேதத்தின் கடைசி மந்திரங்களை நோக்கினால், பல கடவுள்களை நம்புவதற்குப் பதில், ஒரேயொரு கடவுளை நம்பும் மாற்றத்தைக் காணலாம். எல்லா இனத்தவரின் கடவுள்களிலும் அந்தந்த இனத்தாரின் சமுதாயப் பிரதிபலிப்பையும் காணலாம். ஆரம்ப காலத்தில் கடவுள்களும் தந்தை வழிச் சமுதாயத்தின் குடும்பத் தலைவர்களைப் போலவே சிறு அரசர்களாக இருந்தனர். காலம் செல்லச்செல்ல கடவுள்கள் சர்வாதிகாரப் பேரரசர்களாகிவிட்டனர். ஆனால், அவர்கள் மற்ற கடவுள்கள் விஷயத்தில் மட்டுமே சர்வாதிகாரிகள். மற்றபடி மத சமூக விஷயங்களில் கடவுள்களைச் சர்வாதிகாரிகளாக மாற்ற பிராமணர்களும் விரும்பவில்லை, அரச வர்க்கமும் தயாராயில்லை. மக்களின் உரிமைகள் மிகக் குறைந்துவிட்ட பிறகு, அரசன் சர்வ வல்லமை படைத்தவனாகிவிட்ட பிறகு, கி.மு. 600-500ல் அரசனுக்குத் 'தேவன்' என்னும் சொல் உருப்பெற்றது.

கடவுள்களைப் பற்றி ஆராயும்போது, பிராமணர்கள் ஒரே கடவுளை அக்னி, யமன், சூரியன் என்று கூறினார்கள் என்பதைக் கவனிக்கலாம். அதே சமயத்தில் மறுபுறம் சர்வாதிகாரத்தன்மை கொண்ட பிரஜாபதி (பிரம்மா, வருணன்) போன்ற தேவர்களின் முக்கியத்துவம் அதிகமாகிக் கொண்டு வருவதைப் பார்க்கலாம். ரிக் வேதத்தில் ஆண்பாலான பிரம்மா ஒரு சாதாரண தேவர் மட்டுமே! ஆனால், வாணிகம் முக்கியத்துவமடைந்த காலத்தில் இயற்றப்பட்ட உபநிஷத்துக்களில் பிரம்மா (ஆண்- பெண் பாலற்றது) தேவர்களுக் கெல்லாம் அதிபதியாகவும், ஒரு இணையற்ற, உருவமற்ற சக்தியாகவும் கருதப்பட்டது. உபநிஷத்துக்களில் ‘பிரம்ம’த்துக்குக் கீழ்க்கண்ட பொருள்கள் கொள்ளப்பட்டன. உணவு, உணவுப் பாத்திரம், சாம கீதம், அற்புத சக்தியுடைய மந்திரம், யாகத்தைப் பூர்த்தி செய்தல், தானமும் தட்சிணையும், புரோகிதரின் மந்திர உச்சரிப்பு, மகத்தான பிரஜாபதி (பிரம்மா) ரிக்வேதத்தின் கடைசிக் காலப்பகுதியில் மகத்தான சர்வ வல்லமை படைத்த கடவுளாகவும், அனைத்துக் கடவுள்களுக்கும் அதிபரான சர்வேஸ்வரராகவும் ஆகிவிடுகிறார். பிரஜாபதியின் வளர்ச்சியைப் பற்றி நாம் ஆராய்ந்தால், ‘பிரஜைகளின் தலைவர்’ என்னும் சிறப்பு மட்டுமே முதலில் அவருக்கு இருந்தது. ரிக்வேதத்தின் கடைசிப் பகுதியான பத்தாவது மண்டலத்தில் பிரஜாபதியைக் குறித்து இவ்வாறு கூறப்பட்டுள்ளது:

“தங்க கர்ப்பமுடையவன் முதலில் இருந்தான். அவன் பஞ்ச பூதங்களின் ஏகத்தலைவனாக இருந்தான்.

“அவன் நிலத்தையும், வானத்தையும் சுமந்திருந்தான். நாங்கள் அந்த (பிரஜாபதி) தேவருக்கு வேள்விப் பொருள்களை அர்ப்பணிக் கிறோம்.”

வருணன் பூலோகத்தில் ஒரு சக்திமிக்க கப்பம் கட்டும் அரசனுக்குச் சின்னமாக விளங்கினான். அவரைப் பற்றி இவ்விதம் சொல்லப் படுகிறது:

“இரண்டு பேர் சேர்ந்து தமக்குள் பேசிக் கொள்வதை மூன்றாம் அரசனான வருணன் அறிவான்.”

(2) ஆத்மா: ஆத்மா (மனம்) உடலிலிருந்து தனியாக இருக்கக் கூடியதென்று வைதீக ரிஷிகள் (வேதங்களை இயற்றிய ரிஷிகள்) நம்பி வந்தனர். ஆன்மா மரம், செடி, கொடிகள், விண்வெளியிலுள்ள சூரியன் ஆகியவைகளிலிருந்து நம்மிடம் புறப்பட்டு வரவேண்டுமென்று ரிக் வேதத்தின் ஒரு மந்திரம் கூறுகிறது. நாம் காணும் உலகத்துடன் மற்றொரு உலகம் இருக்கிறதென்றும், அங்கே நற்செயல்கள்

புரிந்தவர்கள் இறந்த பின்னர் சென்று மகிழ்ச்சியை அனுபவிக்கிறார்கள் என்றும் வேதரிஷிகள் நம்பினர். கீழே பாதாளத்தில் இருளடைந்த நரகலோகமிருக்கிறது; அங்கே தீச்செயல்கள் புரிந்தவர்கள் செல்கிறார்கள். ரிக்வேதத்தில் மனம், ஆன்மா, அஸீ என்பவை ஜீவனைக் குறிக்கும் சொற்களாகும். ஆனால் அங்கே 'ஆன்மா' என்னும் சொல் பெரும்பாலும் பிராண வாயுவையும், உடலைக் குறிக்கவுமே பயன்படுத்தப்பட்டுள்ளது. வேத காலத்து ரிஷிகளுக்கு மறு பிறப்பைப் பற்றித் தெரியாது. உலகத்திலுள்ள ஏழை- பணக்காரன் என்ற வேறுபாடு, ஆண்டான்- அடிமை என்ற வேற்றுமை- இவையெல்லாம் கொடிய சமுதாய அநீதிகளே என்றும், அப்பிரச்சினைகளை எப்பொழுதுமே நமது கண்களுக்குப் புலப்படாத பரலோகத்தைக் கொண்டு தீர்க்க முடியா தென்றும் துணிவுடன் பிரகடனப்படுத்தக்கூடிய சிந்தனையாளர்கள் அப்போதைக்குத் தோன்றியிருக்கவில்லை. அப்படிப்பட்ட சிந்தனை யாளர்கள் தோன்ற ஆரம்பித்ததுமே, உபநிஷத்துக்கள் காலத்திய மதத்தலைவர்களுக்கு 'மறுபிறப்பு' என்னும் கற்பனையை உருவாக்க வேண்டிய அவசியமேற்பட்டது. ஜீவன்கள் மீண்டும் திரும்பி வந்து தத்தம் செய்வினையை அனுபவிக்க இவ்வுலகத்தில் சமூக வேற்றுமைகள் தேவையென்று கருதப்பட்டது. சமூக ஏற்றத்தாழ்வுகளுக்குக் காரணமான நிலப்பிரபுத்துவ மன்னர்களையும், சுரண்டும் கூட்டத்தையும் பாதுகாக்கவே கற்பனை செய்யப்பட்ட 'மறுபிறப்பு' என்னும் தத்துவம், மிகத் திறமையான அறிவின் கண்டுபிடிப்பென்பதில் ஐயமில்லை.

ரிக்வேதத்தைக் குறித்து இங்கே சொல்லப்பட்டவை ஏறக்குறைய ஸாம வேதத்துக்கும், யஜுர் வேதத்துக்கும் கூடப் பொருந்தும். 75 மந்திரங்களைத் தவிர, மற்றெல்லா மந்திரங்களுமே ரிக்வேதத்திலிருந்து, யாகங்களின் போது பாடுவதற்கென்று திரட்டப்பட்டவையேயாகும். (சுக்ல) யஜுர் வேதத்தின் பல மந்திரங்கள் ரிக்வேதத்திலிருந்து எடுக்கப்பட்டவையே ! அதிலே பல புதிய மந்திரங்களும் உள்ளன. யாகங்களைக் குறித்தும், சடங்குகளைக் குறித்தும் கூறுவது யஜுர் வேதமாகும். அதனாலேயே இதிலுள்ள மந்திரங்களை யாகங்களைப் பொறுத்தும், அவற்றில் பயன்படுத்தும் வரிசையைப் பொறுத்தும் திரட்டியிருக்கின்றனர். அதர்வண வேதம் கடைசி வேதமாகும். புத்தரின் காலம் வரையிலும்கூட (கி.மு. 563-483) வேதங்கள் மூன்றாகவே கருதப்பட்டன. நன்கு படித்த புலவனான பிராமணனை 'மூன்று வேதங்களிலும் அறிஞன்' என்றே குறிப்பிட்டு வந்தனர். அதர்வண வேதம் 'தாக்குதல் கவர்தல்- உச்சரித்தல்' போன்ற தந்திர- மந்திரங்களின் வேதமாகும்.

(3) தத்துவம்: இவ்விதம் நாம் 'தத்துவம்' என்று எதைக் குறிப்பிடுகிறோமோ, அது வேத காலத்தில் தென்படுவதில்லை. வைதீக

ரிஷிகள் மதத்திலும், கடவுள் கொள்கையிலும் நம்பிக்கை கொண்டிருக் கின்றனர். வேள்விகள் புரிந்தும், தான தருமங்களைச் செய்தும் அவர்கள் வாழ்ந்திருக்கும் போதும், இறந்த பிறகும் இன்பமாக இருக்க விரும்பினர். இந்த உலகின் பின்னால் என்ன இருக்கிறது. அசையும் இவ்வுலகத்தின் பின்னால் அசையாத ஏதாவது ஒரு சக்தி இருக்கிறதா? இந்த உலகம் முதலில் எவ்வாறு இருந்தது? இச்சிந்தனையின் ஒரு தெளிவற்ற நிழல் ரிக்வேதத்தின் நாஸதீய ஸூக்தத்திலும், யஜுர் வேதத்தின் கடைசி அத்தியாயத்திலும் காணப்படுகிறது. நாஸதீய ஸூக்தம் கூறுகிறது:

"அக்காலத்தில் இருத்தலுமில்லை; இல்லாதிருத்தலுமில்லை.

விண்வெளியும் இருந்ததுமில்லை; அதற்குப் பின்னால் வானமும் இருந்ததில்லை.

யார் எல்லாவற்றையும் மூடியிருந்தார்? அவர் எங்கே?

எல்லாமே யாரால் பாதுகாக்கப்பட்டிருக்கின்றன?"

"அப்பொழுது இறப்பவர்களுமில்லை. இறவாதவர்களுமில்லை.

இரவுக்கும் பகலுக்கும் அங்கே வித்தியாசம் இருந்ததில்லை.

அங்கே அவர் தனியாகவும், சொந்த பலத்தைச் சார்ந்தும் வாழ்ந் திருந்தார்.

அவரைத் தவிர அவருக்கு மேலே எவருமே இருக்கவில்லை.

முதலில் அங்கே இருட்டு இருளிலே மறைந்திருந்தது. உலகமெல்லாம் பாகுபாடில்லாமல் நீராக இருந்தது.

அவர் வெற்றிடத்திலேயும், சூனியத்திலேயும் மறைந்து அமர்ந் திருந்தார்.

அவர் ஒருவர் மட்டுமே தனது சக்தியால் வளர்ந்திருந்தார்.

அப்பொழுது எல்லாவற்றுக்கும் முதலில் கோரிக்கை தோன்றியது.

அது தன்னுள்ளே மனத்தின் முதல் வித்தாகும்.

ரிஷிகள் தமது இதயங்களில் தேடி இல்லாமையுடன் இருத்தலின் தொடர்பைக் கண்டுபிடித்தனர்.

இந்த உலகம் எந்த மூலப் பொருளிலிருந்து தோன்றியதோ, அம்மூலப் பொருள் உண்டாக்கப்பட்டதா, அப்படியே இருந்ததா? இதை உயர்ந்த ஒளி உலகிலிருந்து ஆட்சி புரியும் எல்லாம் காணக்கூடிய அவர் அறிவார் அல்லது அறியமாட்டார்."

நாம் இங்கே எழுப்பப்படும் கேள்விகளைக் கவனித்தால் இவற்றுக்குப் பதில்களாகவே வரப்போகும் காலங்களில் தத்துவ இயலுக்கு அடிக்கல் நாட்டப்படுவதைக் காண்கிறோம். உலகம் முதலில் எப்படி இருந்தது? அது 'ஸத்' ஆக, அதாவது உலகம் முதலிலிருந்து அப்படியேதான் இருந்துவருகிறதென்று ஒருவர் பதில் கூறினார். அது 'அஸத்' ஆக, அதாவது உலகம் முதலில் இருந்ததில்லையென்றும், சிருஷ்டிக்கு முன்னே அது என்றுமே இல்லையென்றும் மற்றொருவர் சொன்னார். இந்த 'ஸூக்த'த்தின் (மொழியின்) ரிஷி, இந்த உலகத்தின் முன்பிருந்த சூனிய நிலையிலும்கூட ஒரு சக்தி இருந்ததாகக் கற்பனை செய்தார். அச்சக்தி அந்த ஜீவனற்ற உலகத்தில்கூட உயிர்ச் சக்தியுடன் திகழ்ந்தது. முதலில் உலகம் "மாற்றமில்லாத நீராக இருந்தது" இது. "இந்த நீரே முதலில் இருந்தது", என்ற உபநிஷத்துக்கு மூலமாகும். ரிஷியின் இக்கேள்வியினாலும், இந்தப் பதிலினாலும் உலகத்தின் அடிப்படைத் தத்துவத்தைக் குறித்துச் சிந்திக்கும்போது, ஒரோர் சந்தர்ப்பத்தில் இயற்கையுடன் செல்லவும் விரும்புகிறார். ஆனால், சில நூற்றாண்டுகளுக்கு முன் நீரையே எல்லாவற்றுக்கும் அடிப்படையான தாகக் கருதினார். மறுபுறம் இயற்கையின் கரையை விட்டுவிட்டுச் சூனியத்தில் தாவிக் குதித்து, ஒரு ரகசியமான புரியாத சக்தியைக் கற்பனை செய்கிறார். அச்சக்தி "சூனியத்திலும், வெற்றிடத்திலும் அமர்ந்திருப்பதாக" நினைக்கிறார். இறுதியில் ரகசியத்தை மேலும் புரியாததாக்கி, உலகினை எல்லாம்வல்ல சிருஷ்டி- கர்த்தாவின் மீது உலகைப் படைத்த பொறுப்பையும், படைக்காததையும் உலகைப் பற்றி அறியும் பொறுப்பையும், அறியாமலிருப்பதையும் போட்டுவிட்டு மவுனமாக இருந்து விடுகிறார். இப்படித் தாவிக் குதித்தலில் துணிவும் இருக்கிறது. அத்துடன் மிக உயரத்தில் பறந்து திரிந்த களைப்பால் மீண்டும் கூட்டை நோக்கித் திரும்பி வருவதைப் பார்க்கிறோம். வேத ரிஷிக்கு யதார்த்த உலகைப் பூரணமாக விட்டுச் செல்லும் தைரியமில்லை என்பது இதிலிருந்து தெரிகிறது.

ஈசா உபநிஷத் ஸம்ஹிதா (யஜுர் வேதம்) வின் ஒரு பகுதியானாலும், காலத்தின்படியும், கருத்துப்படியும், அது உபநிஷத் யுகத்தின் பகுதியே யாகும். ஆகவே அதைப்பற்றி நாம் பின்னால் எழுதுவோம்.

அத்தியாயம் இரண்டு

உபநிஷத்துகள் (கி.மு. 700-100)

க. காலம்

சாதாரணமாக 112 உபநிஷத்துகள் காணக் கிடைத்தாலும் எல்லாமுமே அசலானவையல்ல. பிற்காலத்தில் பல்வேறு இந்து மதப்பிரிவுகள், தம்மை வேதங்களுக்கு நெருக்கமானவைகளாக நிரூபித்துக் கொள்ளும் பொருட்டு இத்தனை, உபநிஷத்துகளைத் தயார் செய்துவிட்டன. இவற்றில் கீழ்க்கண்ட பதின்மூன்று உபநிஷத்துக்களை அசலானவை என்று கூறலாம். அவற்றைக் காலத்தை அனுசரித்துக் கீழ்க்கண்டவாறு பிரிக்கலாம்:

1. பழங்கால உபநிஷத்துக்கள் (கி.மு. 700)-

(1) ஈசா (2) சாந்தோக்யம் (3) பிரகதாரண்யகம்;

2. இரண்டாம் காலகட்ட உபநிஷத்துகள் (கி.மு. 600-500)

(1) ஐதரேயம் (2) தைத்ரீயம்.

3. மூன்றாம் கால கட்ட உபநிஷத்துகள் (கி.மு. 500-400)

(1) பிரஸ்னம் (2) கேணம் (3) கதா (4) முண்டகம் (5) மாண்டூக்யம்;

4. நான்காம் காலகட்ட உபநிஷத்துகள் (கி.மு. 200-100)

(1) கவுஷீதகி (2) மைத்ரீ (3) ஸ்வேதாஸ்வரம்.

ஜைமினி வேதங்களை மந்திரங்களென்றும், பிராமணங்களென்றும் இரண்டாகப் பிரித்ததை ஏற்கெனவே குறிப்பிட்டோம் மந்திரம் மிகப் புராதனமான பகுதியாகும். மந்திரங்களை விளக்குவதுதான் பிராமணங் களின் முக்கியப் பணியாகும். மந்திரங்களில் சுருக்கமாகக் குறிப்பிடப் பட்டுள்ள வரலாறுகளையும், கதைகளையும் விரிவாக வர்ணித்தல்,

யாகங்கள் செய்வதற்கான விதிமுறைகள் அவற்றின்போது மந்திரங் களைப் பயன்படுத்துவதைக் குறித்து பிராமணங்கள் விவரிக்கின்றன. பிராமணங்களின் அனுபந்தங்கள்தான் ஆரண்யங்கள். எடுத்துக் காட்டாக, (சுக்ல) யஜுர் வேதத்தின் சதபத, பிராமணத்தின் கடைசிப் பகுதிதான் பிரகதாரண்யக உபநிஷத்தாகும். இது ஒரு மிகவும் முக்கியத்துவமுள்ள உபநிஷத். ஆனால், எல்லா உபநிஷதங்களுமே உபநிஷதங்கள் ஆகா. என்றாலும் சில ஆரண்யங்களில் கடைசிப் பகுதிகளில் உபநிஷத்துக்கள் காணக்கிடக்கின்றன. உதாரணம்: ஐதரேய உபநிஷதம் ஐதரேய ஆரண்யகத்தின் கடைசிப் பகுதியாகும். தைத்திரீய உபநிஷதம், தைத்ரீரிய ஆரண்யகத்தின் இறுதிப் பகுதியாகும். ஈசா உபநிஷதம் யஜுர்வேத ஸம்ஹிதாவின் கடைசியில் வருகிறது. மற்ற உபநிஷத்துகள்கூட ஏதாவதொரு பிராமணத்துக்கோ, ஆரண்யத் துக்கோ இறுதியில் வருகின்றன. ஜைமினியின் கூற்றுப்படி பிராமணங்கள் வேதங்களில் கடைசியில் வருகின்றன. இக்காரணங்களாலேயே பிற்காலத்தில் உபநிஷத்துக்களை "வேதாந்தம்" (வேதத்தின் அந்தம், கடைசிப் பகுதி) என்று சொல்லத் தொடங்கினர்.

"குருநாதர் தனது சீடனை அருகில் உட்கார வைத்துக் கொண்டு அவனுக்கு ஓதும் ரகசியம்" என்பது 'உபநிஷத்' சொல்லுக்குப் பொருளாகும். 'ஈசா உபநிஷ'த்தைத் தவிர, மிகப் புராதனமான உபநிஷதங்களான 'சாந்தோக்ய உபநிஷதும், 'பிரகதாரண்யக உபநிஷது'ம் உரைநடையில் இருக்கின்றன. பிற்கால உபநிஷத்துகள் வெறும் செய்யுளாகவோ, உரைநடை கலந்த செய்யுளாகவோ உள்ளன.

ங. உபநிஷத்துக்களின் சுருக்கம்

உபநிஷத்துகளின் தத்துவாசிரியர்கள் பல கருத்து வேற்றுமை களைக் கொண்டிருக்கின்றனர். அவர்களில் சிலர் ஆருணி, அவரது சீடர் யாக்ஞய வல்க்யரைப்போல "அத்வைத"* சித்தாந்தத்தை வலியுறுத்துகின்றனர். இன்னும் சிலர் "துவைத"**த்தை முக்கியமான தாகக் கருதுகின்றனர். வேறு சிலர் உடலின் உருவத்தில் பிரம்மமும், உலகமும் இரண்டற இணைந்திருக்கின்றனவென்று நினைக்கின்றனர். இவ்விதமான பலதரப்பட்ட தத்துவ அறிஞர்களின் கருத்துக்களும், அவர்களது, சீடர்களாலும் பல பிரிவுகளைச் சேர்ந்தவர்களாலும்

---

* "அத்வைதம்": வேதாந்தத்தின் இச்சித்தாந்தத்தில் ஆன்மாவும், பரமாத்வாவான கடவுளும் ஒன்றென்றே கருதப்படுகின்றன. பிரம்மத்தைத் தவிர மற்றெல்லா பொருட்களும், தத்துவங்களும் பொய்யென்று மதிக்கப்படுகின்றன - மொ-ர்.

** "துவைதம்": இத் தத்துவத்தில் ஆன்மாவும், பரமாத்மாவும், ஜீவனும், கடவுளும் வெவ்வேறானவையாகக் கருதி ஆராயப்படுகின்றன - மொ-ர்.

முழுமையற்ற முறையில் மனப்பாடம் செய்யப்பட்டு உபநிஷத்துக்களில் திரட்டப்பட்டுள்ளன. ஆனால் இந்தத் திரட்டில் தத்துவச் சிந்தனை யாளர்களுக்கோ அத்வைதம் அல்லது துவைதம் ஆகியவைகளுக்கோ எவ்வித முக்கியத்துவமும் இல்லை. வேதங்களின் ஏதாவதொரு பிரிவில் தோன்றிய சிறந்த தத்துவாசிரியர்களின் கருத்துக்கள் ஓரிடத்தில் தரப்பட்டுள்ளன. இது மிகவும் அவசியமும்கூட; ஏனெனில் ஒவ்வொரு பிராமணனும் தனது பிரிவைச் சேர்ந்த மந்திரங்கள் பிராமணம், ஆரண்யகம், உபநிஷத், யாகம் செய்வதற்கான விதிமுறைகள், இலக்கணம் ஆகியவைகளைப் படிப்பது அவனுடைய முக்கியக் கடமையாகக் கருதப்பட்டது. உபநிஷத்துகளின் முக்கிய விஷயங்கள் உலகம், பிரம்மம். ஆன்மா (ஜீவன்), மறுபிறப்பு, முக்தி ஆகியவைகளாகும். இங்கே நாம் முக்கியமான உபநிஷத்துக்களைச் சுருக்கமாக அறிமுகம் செய்து வைப்போம்.

1. பழங்கால உபநிஷத்துகள் (கி.மு. 700)

(1) ஈசா உபநிஷத்: ஈசா உபநிஷத் யஜுர் வேத ஸம்ஹிதாவின் கடைசி (நாற்பதாவது) அத்தியாயமாகும். இது பதினெட்டுச் செய்யுட் களைக் கொண்ட ஒரு சிறு தொகுப்பாகும். இதன் முதல் செய்யுள் (மந்திரம்) "ஈசாவாஸ்ய" என்று தொடங்குவதால், இதன் பெயரே ஈசாவாஸ்ய உபநிஷத் என்றாகிவிட்டது. இதில் விவாதிக்கப்பட்ட விஷயங்களாவன: கடவுளின் எங்கும் நிறைந்துள்ள தன்மை கடமை யாற்ற வேண்டியதன் அவசியம் நடைமுறை அறிவைவிட (அஞ்ஞானத்தை விட), பரமார்த்த ஞானத்தின் (பிரம்மஞானத்தின்) முக்கியத்துவம், ஞானத்தையும் செயலையும் ஒன்றாக இணைப்பது. அதன் முதல் மந்திரம் கூறுகிறது:

"இந்த உலகத்திலுள்ள அனைத்திலும் ஈஸ்வரன் (கடவுள்) பரவியிருக்கிறார். ஆகவே நாம் தியாக உணர்வுடனேயே இவ்வுலகத்தை அனுபவிக்க வேண்டும். மற்றவர்களின் செல்வத்தின் மேல் ஆசை வைக்காதே!"

தனியுடைமைச் செல்வம் அப்பொழுதைக்கு இத்தனை புனிதமான தாகவும், திடமானதாகவும் ஆகிவிட்டிருந்தது. அத்துடன் ஏழை-பணக்காரன், உழைப்பாளி- சோம்பேறி போன்ற வித்தியாசங்கள் மிக அதிகமாகப் பெருகிவிட்டிருந்ததால், உபநிஷத ஆசிரியர் வாசகர்களின் மனத்தில் மூன்று விஷயங்களை நிலைநிறுத்த விரும்புகிறார்: (1) கடவுள் எல்லா இடங்களிலுமே நிறைந்திருக்கிறார். ஆகவே "கெட்ட" காரியம் செய்யும்போது, இதை எப்போதுமே நினைவில் கொண்டு, கடவுளுக்கு அஞ்ச வேண்டும். (2) 'இவ்வுலகத்தை அனுபவி!'

என்று கூறப்பட்டதிலிருந்து, அக்காலத்துத் துறவறம் மூக்கணாங் கயிறில்லாத ஒட்டகத்தைப்போல் நாட்டில் சீறிப்பாயவில்லை. வாழ்க்கையின் யதார்த்தமும், வாழ்க்கைத் தேவைகளும் இழிவாகக் கருதப்படும் நிலை இன்னும் வரவில்லை. தனியுடைமைச் சொத்தைப் பாதுகாக்க விரும்பியதால், ஏழை உழைப்பாளர் வர்க்கம் 'அனுபவி' என்று சொல்லியதை எங்கு கட்டுப்பாடற்ற அனுபவமாக எடுத்துக் கொண்டு விடுகிறதோ என்று பயந்து, அதைத் தடுக்க 'தியாக'மும் வலியுறுத்தப்பட்டது. (3) இறுதியாக அம்மந்திர ஆசிரியர் தனியுடைமைச் சொத்தின் புனிதத்தைப் பாதுகாக்க 'மற்றவர் செல்வத்தின்மீது ஆசை வைக்காதே!' என்றும் சொல்லி வைத்தார். சுரண்டுவோர்- சுரண்டப் பட்டோர் உழைப்பாளர்- சோம்பேறிகள் போன்ற வேற்றுமைகளுள்ள அக்காலத்திய சமுதாயத்துக்கு மேற்கூறப்பட்ட மந்திரத்தின் பொருள் இதுவேயாகும். இங்கே வாழ்க்கையை அனுபவிப்பதுடன் தியாகமும் வலியுறுத்தப்பட்டிருப்பதால், சில 'தனி நபர்களுக்கு இதன் பொருள் மிகச் சிறப்பாகக்கூடத் தோன்றலாம். ஆனால், அதற்காகப் பலமான சிந்தனை தேவையில்லை. மக்கள் உள்ளத்தில் பயத்தை உண்டுபண்ண அரச தண்டனையால் செய்ய முடியாததைக் கடவுள் எங்கும் நிறைந் திருக்கிறாரென்ற தத்துவமும் மற்றவர் செல்வத்தைத் தீண்டக்கூடா தென்ற உபதேசமும் சுலபமாகச் செய்யக்கூடும். இன்றைய வர்க்கச் சமுதாயத்தைப் போலவே அக்கால வர்க்கச் சமுதாயத்தின் அரசியல் யந்திரமான ஆட்சியின் பிரதான வேலை உயர்வர்க்க நலன்களையும், சுரண்டலையும், தனியுடைமைச் சொத்தையும் பேணிப் பாதுகாப்பது தான் ஆகும். மந்திர ஆசிரியர் தன் முதல் உபதேசத்தாலும், கடைசி உபதேசத்தாலும் அரசின் கரங்களை வலுப்படுத்தவே விரும்பினார். அப்படி இல்லையென்றால், இன்றுகூட மிகத் தாழ்ந்த நிலையிலிருந்த ஆண் - பெண் அடிமைகளின் பரிதாப நிலைமையை அனுதாபத்துடன் குறிப்பிட்டிருக்க வேண்டும். அந்த அடிமைகளைச் சந்தையில் மற்ற உயிரற்ற சரக்குகளைப் போலவே விற்கவும், வாங்கவும் செய்து வந்தனர். மிகக் கடுமையாக உழைத்தாலும், உணவு கூடக் கிடைக்காத அந்த எளியோர்க்கு ஆதரவு காட்டியிருக்க வேண்டாமா? முன் கூறியதற்குப் பதிலாக உபநிஷதம் இப்படியெல்லாம் சாடியிருக்க வேண்டும்.

"உலகத்தில் இருப்பதெல்லாமே கடவுள் கொடுத்தது. அது எல்லோருக்குமே பொதுவானது. ஆகவே எல்லோரும் ஒன்றாகச் சேர்ந்து அதை அனுபவியுங்கள்! கடவுளின் அந்தச் செல்வத்தின் மீது சொந்த முறையில் ஆசை வைக்காதீர்கள்."

உபநிஷத்துகளின் ஆரம்ப காலத்திற்கெல்லாம் ஆரியர்களுள் உயர் வர்க்கத்தாராகிய அரசர்களும், புரோகிதர்களும் எல்லையில்லாத

ஆடம்பரமான உல்லாச வாழ்க்கை வாழ்ந்து கொண்டிருந்தனர். சமுதாயத்தில் உள்ளுக்குள் நிறைந்திருந்த வர்க்க வேற்றுமை, சுரண்டப்பட்டோரின் உள்ளத்தில் குமைந்து கொண்டிருந்த ஊமைக் கோபம், சுரண்டும் கூட்டத்திடையே நடந்து வந்த கலகங்களும் சண்டை சச்சரவுகளும் பணக்கார வர்க்கத்தை நிம்மதியாக உறங்க விடவில்லை. எங்கும் சந்தேகமும் பயமும் பரவியிருந்தன. இவைகளின் முடிவு நிராசையும், செயலற்ற தன்மையுமாகும். அரசின் மூலமும் மதத்தின் மூலமும் ஆண்டு கொண்டிருந்த வர்க்கத்தைச் செயலற்ற நிலையிலிருந்து வெளிக் கொண்டுவர இரண்டாவது மந்திரத்தில் கூறப்பட்டுள்ளது.

"இங்கே பணியாற்றிக் கொண்டே நூறாண்டுகள் வாழ விரும்பு! இதைத்தவிர உனக்கு வேறு வழியில்லை. மனிதனுள் செயல் திறன் அழிவதில்லை."

வரவிருக்கும் காலத்தில் வேறு உபநிஷத் ரிஷி யாகங்களின் நீண்ட விதிமுறைகளுக்கு எதிராகப், புதிய குரல் கொடுக்கப் போகிறார். முண்டக் உபநிஷத்தில் இவ்வாறு சொல்லப்பட்டது.

"இவை யாகங்களின் மிகப் பலவீனமான ஓடங்களாகும். இவற்றைச் சிறந்தவையென்று கருதி, வாழ்த்துபவர்கள் மீண்டும் மீண்டும் வயோதிகத்தையும், மரணத்தையும் அடைந்து கொண்டே இருப்பார்கள். அஞ்ஞானத்திற்கு ஆட்பட்டு, தம்மைத் தீரர்களாகவும் புலவர்களாகவும் கருதிக் கொண்டிருப்பவர்கள். குருடர்களால் வழிநடத்தி அழைத்துச் செல்லப்படும் குருடர்களைப் போலவே சரியான வழி தெரியாமல் அவதியுறுவார்கள். கேள்விகளையும், மற்றவர் உபயோகத்துக்காகக் கிணறுகளையும், ஏரிகளையும் தோண்டும் பணியை மிகச் சிறந்தவை என்று நினைத்து. அவ்வறிவிலிகள் மற்றவற்றை நல்லவை என்று கருதுவதில்லை. அவர்கள் சொர்க்கத்தின் மேலே நற்செயலை அனுபவித்து, இந்தக் கீழ்த்தரமான உலகத்தில் நுழைகின்றனர்."

உபநிஷத்துகளின் எதிரொலியால் சடங்குகளை விட்டொழிக்கும் வழக்கம் அதிகமாகப் பரவிற்று. அதன் காரணத்தால் தலைமை வர்க்கம் தனது செயலாற்றலைத் துறந்து கடமையை விட்டு ஓடாமலிருப்பதற்காகவே, 'பணியாற்றிக் கொண்டே நூறாண்டுகள் வாழ விரும்ப வேண்டுமென்று உபதேசிக்கப்பட்டது.'

2. சாந்தோக்ய உபநிஷத் (கி.மு. 700)

(க) சுருக்கம் : சாந்தோக்ய உபநிஷத்தும், பிரகதாரண்யக உபநிஷத்தும் உருவத்தில் பெரியவை. அத்துடன் அவை காலத்தைப்

பொறுத்தும், முதல் முயற்சியைப் பொறுத்தும் முக்கியத்துவ முள்ளவை. சாந்தோக்ய உபநிஷத்தின் முக்கிய தத்துவச் சிந்தனை யாளரான உத்தாலக ஆருணி (கவுதமர்) சாக்ரடீஸைப் போன்றவர். அவருடைய சீடரான யாக்ஞ்யவல்கியர், வாஜ்சேனய் உபநிஷத்துக்கு அரிஸ்டாட்டிலைப் போன்றவர். நாம் இவ்விரு தத்துவ மேதைகளைக் குறித்தும், இன்னும் சிலரைக் குறித்தும் பின்னால் எழுதுவோம். ஆனால் இவ்வுபநிஷத்துகளைப் பற்றி இங்கே சுருக்கமாகச் சொல்ல வேண்டியது அவசியமாகும்.

பிரகதாரண்யகத்தைப் போலவே, சாந்தோக்ய உபநிஷத்தும் பழையதும் இடைக்காலத்தைச் சேர்ந்ததுமாகும். அதனாலேயே இது சடங்குகளைப் புகழ்ந்துரைப்பதை விடவில்லை. அதனுடைய முதலிரண்டு அத்தியாயங்களை உபநிஷத்துக்கள் என்று சொல்வதை விட பிராமணங்கள் என்று கூறலாம். இவ்வத்தியாயங்களில் ஸாம வேத கானமும், 'ஓம்' சொல்லின் மகத்துவமும் விவரிக்கப்பட்டுள்ளன. முதல் அத்தியாயத்தின் இறுதியில் சாப்பாட்டுக்காக ஸாம கானத்தை உரத்த குரலில் கத்திக் கொண்டிருக்கும் புரோகிதர்கள் மிகத் தமாஷாக கேலி செய்யப்பட்டுள்ளனர்.

பக் தால்ப்யர் அல்லது கிலாவ் மைத்ரேயர் என்னும் ஒரு ரிஷி இருந்தார். அவர் வேதங்களைப் படிப்பதற்காகத் தனிமையானதொரு இடத்தில் இருந்துவந்தார். அப்பொழுது அங்கே ஒரு வெள்ளை நாய் வந்து சேர்ந்தது. சற்று நேரத்துக்குப் பின்னர் வேறு சில நாய்கள் அங்கே வந்து, 'நீ ஸாம கானம் பாடு! அதனால் நமக்குக் கொஞ்சம் உணவு கிடைக்கலாமெ'ன்று வெள்ளை நாயிடம் கூறின. வெள்ளை நாய் மற்ற நாய்களை மறுநாள் வரச் சொல்லிற்று. தால்ப்யர் நாய்கள் பேசிக் கொண்டதையெல்லாம் செவிமடுத்துக் கேட்டார். அவரும் மறுநாள் வெள்ளை நாயின் ஸாம கானத்தைக் கேட்க மிக ஆவலாக இருந்தார். மறுநாள் எல்லா நாய்களும் ஒன்றன் பின்னால் ஒன்றாக உட்கார்ந்து, ஒன்றின் வாலை இன்னொன்று தனது வாயில் கவ்விக் கொண்டு, "ஓம்! சாப்பிடுவோம்; ஓம்! குடிப்போம்; கடவுளே! எங்களுக்கு உணவு கொடு! ஓ சாப்பாட்டுக் கடவுளே! எங்களுக்குச் சாப்பாடு கொடு! ஓம்!" என்று பாடிக் கொண்டிருந்ததை அவர் பார்த்தார்.

ஸாம கானத்தைப் பாடும் புரோகிதர்கள் ஒருவர் பின்னே ஒருவர் அமர்ந்து, முன்னவனின் ஆடையைப் பின்னவன் பற்றிக்கொண்டு வயிற்றுப் பாட்டுக்காகப் பாடிக் கொண்டிருப்பது இவ்வாறு நையாண்டி செய்யப்பட்டுள்ளது.

மூன்றாம் அத்தியாயத்தில் ஆதித்தனை (சூரியனை) 'தேவர்களின் அமிர்தமா'க வர்ணிக்கப்பட்டிருக்கிறது. நான்காம் அத்தியாயத்தில்

ரைக்வர், சத்தியகாம ஜபாலர், சத்திய காமரின் சீடரான உபகோசலரின் வரலாறும், உபதேசங்களும் உள்ளன. ஐந்தாம் அத்தியாத்தில் ஜைபிலி, அஸ்வபதி கைகேயரின் தத்துவக் கருத்துக்கள் இருக்கின்றன. ஆறாம் அத்தியாயத்தில் உபநிஷத்தின் முக்கிய ரிஷியான ஆருணியின் உபதேசம் உள்ளது. இவ்வத்தியாயம் சாந்தோக்ய உபநிஷத்துக்கெல்லாம் சிறப்புடையதாகும். ஆருணி மிகவும் புகழ்பெற்ற ரிஷி, யாக்ஞவல்கியரின் குருநாதரென்று சதபத பிராமணம் தெரிவிக்கிறது. ஏழாவது அத்தியாயத்தில் நாரதர் ஸனத் குமாரரிடம் சென்று பிரம்ம ஞானம் கற்றுக் கொள்வது விவரிக்கப்பட்டுள்ளது. எட்டாம் கடைசி அத்தியாயத்தில் ஆன்மாவைக் கண்டுகொள்ளும் வழி தெரிவிக்கப் பட்டிருக்கிறது.

(ங) ஞானம்: சாந்தோக்ய உபநிஷத் சடங்குகளைப் பூரணமாக மறுத்துவிடவில்லை. அதற்குப் பதிலாக ஞானத்தால் அவற்றை வலுப்படுத்த விரும்பிற்று. கீழ்க்காணும் மேற்கோளைக் கவனியுங்கள்:

“உயிருக்காக அர்ப்பணம்! இந்த ஞானமில்லாமல் அக்னி ஓமம் செய்பவன் (தீ வேள்வி செய்பவன்) நெருப்பை விடுத்துச் சாம்பலில் ஓமம் செய்பவனே ஆகிறான். இந்த ஞானத்தை அறிந்து யாகத்தைச் செய்பவனுடைய எல்லாப் பிறவிகளும் தீயில் சுள்ளிகள் எரிந்து விடுவதைப் போல் மறைந்துவிடுகின்றன. அப்படிப்பட்ட ஞானம் பெற்றவன் தாழ்ந்தவனுக்கு எச்சில்பட்ட உணவைத் தந்தாலும், அது பிரம்மத்துக்கு அர்ப்பணித்தது போலாகும்.

“ஞானமும், அஞ்ஞானமும் வெவ்வேறானவை. ஆனால், எந்தச் செயலை மனிதன் ஞானத்துடன் பக்தியையும் உபநிஷத்தையும் இணைத்துச் செய்கிறானோ, அது முன்னைவிட வலுவுடன் விளங்கும்.”

மனிதனின் அறிவும் திறமையும் ஒரு புதிய துறையில் வெளிப் பட்டுக் கொண்டிருந்தன. அதைக் கண்டு மக்கள் வியப்புக் கடலில் ஆழ்ந்து கொண்டிருந்தனர். மக்களின் வியப்பை இந்தத் தத்துவாசிரி யர்கள் குறைக்க விரும்பவில்லை. அதற்காகவே தத்துவ ஞானம் ஒரு சிலருக்குள் அடங்கியதாகவே இருக்க வேண்டுமென்று விரும்பினர். இதனாலேயே சாந்தோக்ய உபநிஷத்தில் ஓரிடத்தில் கூறப்பட்டிருக் கிறது:

“இந்தப் பிரம்ம ஞானத்தைத் தந்தையானவர் மூத்த குமாரனுக்கோ அன்புச் சீடனுக்கோ மட்டுமே உபதேசிக்க வேண்டும். மற்றவர்களுக்கு உபதேசிக்கவே கூடாது. மற்றவர்கள் நீரில்லாத, செல்வம் கொழிக்கும் நிலம் முழுவதையுமே கொடுத்தாலும்கூட அவர்களுக்குப் பிரம்ம ஞானத்தை உபதேசிக்கலாகாது.”

(ச) தர்மத்தைத் தழுவி நடப்பது: சாந்தோக்ய உபநிஷதக் காலத்தில் கெட்ட நடத்தைகள் என்று எவற்றைக் கருதினார்களென்பது இந்தச் செய்யுளினால் தெரிய வருகிறது.

“தங்கத்தைத் திருடுபவன், சாராயம் குடிப்பவன், குருவின் மனைவியுடன் விபசாரம் செய்பவன், பிராமணனைக் கொலை செய்பவன்- இந்நால்வரும் இவர்களுடன் தொடர்பு கொள்பவர்களும் பாவிகளாவார்கள்.”

நன்னடத்தை மூன்றுவிதமென்று சொல்லப்பட்டது.

“தருமத்தின் மூன்று பகுதிகள் யாகம் செய்வது, வேதங்களைப் பகுப்பது, தானம் செய்வது ஆகியவையாகும். இந்த முதல் தவமே இரண்டாவது பகுதியாகும். பிரமசரியத்தைக் கடைப்பிடித்து ஆசாரியக் குலத்தில் இருத்தல்- ஆசாரியக் குலத்தில் தன்னை மிகத் தாழ்ந்தவனாக்கிக் கொண்டு அடக்கமாக வாழ்தல்- இவையெல்லாம் புண்ணிய லோகத்தைச் சேர்ந்தவையாகும். பிரம்மத்தில் இழைந் திருப்பவன் அமுத நிலையை (முக்தியை) அடைகிறான்.”

(ஞ) பிரம்மம்: பிரம்மத்தை ஞானமயச் சின்னங்களாலும், அடையாளங்களாலும் தொழுவதைக் குறித்து சாந்தோக்ய உபநிஷத்தில் பல இடங்களிலும் கூறப்பட்டுள்ளது. பிரம்மத்தைத் தொழுவதைப் பற்றிப் பலவிதமான ஐயங்கள் எழலாம். அதனால் ஆதித்தன் (சூரியன்) வானம் முதலிய சின்னங்களைத் தொழலாமென்று கூறப்பட்டிருக் கிறது. மற்றொரு தத்துவாசிரியரான வாதராயணர் தனது வேதாந்தச் சூத்திரங்களின் பெரும் பகுதியை இதற்காகவே செலவு செய்துள்ளார். இத்தொழுகைகளில் சில:

(A) சூட்சுமம்: இதயத்தின் சூட்சுமமான வானத்தில் பிரம்மத்தைத் தொழவேண்டுமென்று கூறப்பட்டுள்ளது.

“இந்தப் பிரம்ம புரத்திற்குள் (உடலுக்குள்) சூட்சுமமான தாமரை இல்லம் இருக்கிறது. அதற்குள் சூட்சுமமான ஒரு வானம் இருக்கிறது. அதற்குள்ளிருப்பதைத் தேடிக் கண்டுபிடிக்க வேண்டும். அதைப் பற்றியே சிந்திக்க வேண்டும். வெளியுலகில் காணப்படும் அளவுக்கு, இதயத்துக்குள்ளும் வானம் இருக்கிறது. இரண்டு நட்சத்திர உலகங்களும் பூமியும் அதற்குள்ளேயே கலந்திருக்கின்றன. நெருப்பும் காற்றும், சூரியனும் சந்திரனும், மின்னலும் விண்மீன்களும், இவ்வுலகத்தில் இருப்பவையும், இல்லாதவையும் எல்லாமுமே அங்கே சேர்ந்திருக் கின்றன.

(B) அதிகம் : ஒவ்வொரு மனிதனிலும் இன்பம் பெற வேண்டுமென்ற கோரிக்கை இருக்கும். உபநிஷத்தின் ரிஷி இன்பம் பெறுவதற்கான ஆசை காட்டிப் பேரின்பத்தின் பக்கம் இழுத்துக் கூறுகிறார்.

"இன்பத்தைப் பெறும்போது, மனிதன் அதற்காக முயற்சி செய்கிறான். இன்பமில்லாததைப் பெற அவன் முயற்சி செய்ய மாட்டான்; இன்பத்திற்காகத்தான் முயற்சி செய்வான். இன்பத்தைக் குறித்துத்தான் சிந்திக்க வேண்டும். அதிகமாக இருப்பதுதான் இன்பமாகும்; கொஞ்சத்தில் இன்பம் இருக்காது. அதிகத்தைப் பற்றித் தான் சிந்திக்க வேண்டும். பிரம்மத்தில் மற்றவர்களைக் காணாததும் மற்றவர்களின் வார்த்தைகளைக் கேட்காததும் மற்றவர்களை அறியாததும்தான் 'அதிகம்' என்பதாகும். மற்றவர்களைக் காண்பதும், மற்றவர்களின் வார்த்தைகளைக் கேட்பதும், மற்றவர்களை அறிவதும் 'கொஞ்சம்' என்பது அழிவாகும்; 'அதிகம்' என்பது அமுதமாகும்; 'கொஞ்சம்' என்பது அழிவாகும். அது (அதிகம்) எதிலே நிறைந்திருக் கிறது?- அது மகிமையில் நிறைந்திருக்கிறது. 'பசுக்கள், குதிரைகள், யானைகள், பொன், அடிமைகள், மனைவி, வீடு வாசல்கள், நிலபுலன்கள் ஆகியவற்றை இங்கே மக்கள் 'மகிமை' என்கின்றனர். ஆனால், நான் அப்படிக் கூறவில்லை. 'அதிகம்' என்னும் பிரம்மம் எல்லாத் திசை களிலும் நிறைந்திருக்கிறது. ஞானியானவன் இப்படிப் பார்த்தும், இப்படிச் சிந்தித்தும், இப்படி அறிந்தும், ஆன்மாவுடன் இரண்டறக் கலந்து ஆன்மாவுடன் விளையாடி, ஆன்மாவுடன் ஜோடி சேர்ந்து தனக்குத்தானே அரசனாகிறான். அவன் தன் விருப்பப்படி எல்லா உலகங்களிலும் சுற்றித் திரியலாம்."

இதே போல் வானம், சூரியன், உயிர், வைஸ்வார் ஆன்மா, பாலம், ஜோதி ஆகியவற்றையும் சின்னங்களாகக் கருதி, பிரம்மாவைத் தொழவேண்டுமென்று உபதேசிக்கப்பட்டுள்ளது.

(ட) படைத்தல் உலகத்தின் பின்னால் ஏதோவொரு அதீதசக்தி இயங்கிக் கொண்டிருக்கிறது. அது முழுமையாகத் தன்னை மறைத்துக் கொண்டிருக்கவுமில்லை. உலகத்தின் ஒவ்வொரு இயக்கமும் அதனாலேயே நமக்குத் தென்பட்டுக் கொண்டிருக்கிறது. நமது உடலில், உயிரின் இயக்கம் தென்படுவதைப் போலவே, அதுவும் தென்பட்டுக் கொண்டிருக்கிறது. ஆனால் பொருள்கள் தோன்றிக் கொண்டும், அழிந்து கொண்டுமிருப்பதால், மனிதனின் மனத்தில் சிருஷ்டிக்கு ஒரு துவக்கம் இருக்கிறதென்ற எண்ணம் உதிக்க ஆரம்பித்தது. துவக்கம் இருந்தால், அதற்கு முன்பும் அது இருந்ததா, இல்லையா என்ற சந்தேகமும் தோன்றியது. அதற்கு இப்படிச் சமாதானமும் கூறப்பட்டது.

“ஓ அன்பிற்குரியவனே! இது முதலில் ஒரு இணையற்ற எண்ணமாக இருந்தது. இதையே வேறு சிலர் இது முதலில் ஒரு இணையற்ற எண்ணமாகவே இருந்தது என்கின்றனர். ஆகவே எண்ணமில்லாத திலிருந்து எண்ணம் பிறந்தது. ஆனால், அது எவ்வாறு நிகழ முடியும்? இது முதலில் ஒரு இணையற்ற எண்ணமாகத்தான் இருந்தது. ‘நான் பல உருவங்களில் தோன்ற வேண்டும்’ என்று அது விரும்பிற்று. உடனே அது நெருப்பைப் படைத்தது. அந்நெருப்பு விரும்பியதும் நீரைப் படைத்தது. அந்த நீர் உணவைப் படைத்தது.”

இம்மேற்கோளிலிருந்து இரண்டு விஷயங்கள் தெளிவாகின்றன.

(1) இங்கே உபநிஷத் ஆசிரியர் எண்ணமற்றதிலிருந்து எண்ணத்தின் தோற்றத்தை ஒப்புக்கொள்ளவில்லை. அதாவது அவர் ஒருவிதமான உண்மைக் காரியவாதியாக இருக்கிறார்;

(2) பவுதீக சக்திகளில் முதலாவதும், அடிப்படையானதும் நெருப்பாகும்.

(ண) மனம்: (A) பவுதீகம்: மனம் ஆன்மாவிலிருந்து வேறுபட்டதும் பவுதீகமானதுமாகும். இதே கருத்தில்தான் இங்கு நாம் மனத்தை உணவால் ஆனதாக அறிகிறோம்:

“சாப்பிட்ட உணவு மூன்று விதமாக மாறுகிறது. அதன் கனத் தத்துவம் மலமாகிறது. நடுப்பகுதி உடலின் மாமிசமாகிறது. மிக சூட்சுமமான பகுதி மனமாக உருப்பெருகிறது. அன்புக்குரியவனே! மனம் உணவு மயமானது. தயிரைக் கடைந்தால் அதன் நுணுக்கமான பகுதி வெண்ணெய்யாக மேலே வருகிறது. இதேபோல் சாப்பிட்ட உணவின் நுணுக்கமான பகுதி மனமாக மேலே வருகிறது.

(B) உறக்க நிலை: இந்த ஆரம்பக் கருத்துகளுக்கு ஆழ்ந்த உறக்கமும், கனவு நிலைகளும் மிகவும் புரியாத புதிராக இருக்கின்றன. இவற்றால் ஆன்மா- கடவுள் சம்பந்தப்பட்ட கருத்துக்களும் வலுவடை கின்றன. இதனாலேயே பிரகதாரண்யகத்தில் இவ்வாறு கூறப்பட்டுள்ளது.

“அவன் ஆழ்ந்த உறக்கத்தில் மூழ்கியிருக்கும்போது அவன் எதையுமே உணர்வதில்லை. இதயத்திலிருந்து ‘புரீதத்’* சக்கரத்திற்கு ஹிதா என்னும் எழுபத்தி இரண்டாயிரம் நாடிகள் போகின்றன. அவற்றின் வழியே ஜீவன் புரீதத் சக்கரத்திற்குச் சென்று அங்கே உறங்குகிறது. சிறு குழந்தையும், பேரரசனும், சிறந்த பிராமணனும்

* புரீதத் சக்கரம் இதயத்தின் அருகிலோ, முதுகுத் தண்டிலோ இருப்பதாகக் கருதப்படுகிறது. ஆழ்ந்த உறக்கத்தின் போதும், கனவின் போதும் ஜீவன் அங்கே சென்று விடுகிறது.

ஆனந்தத்தின் எல்லையை அடைந்து, ஆழ்ந்த உறக்கத்தில் மூழ்கி விடுவதைப்போல, ஜீவனும் புரீதத் சக்கரத்தில் தூங்குகிறான்."

இதே விஷயத்தை சாந்தோக்ய உபநிஷத் இப்படிச் சொல்லியிருக்கிறது.

"எங்கு ஜீவன் மிக மகிழ்ந்து, கனவு காணாமல் இருக்குமோ, அப்போது அது ஹிதா என்னும் நாடிகளில் உறங்கும்."

அது மேலும் கூறுகிறது.

"கனவுக்குள் இருக்கும் விஷயத்தை உணர்ந்து கொள்" என்று உத்தாலக் ஆருணி தனது மகனான ஸ்வேத கேதுவுக்குக் கூறுகிறார். கயிற்றால் கட்டப்பட்ட பறவை நாலாதிசைகளில் பறந்தாலும், விலகிச் செல்ல இயலாமல் கட்டப்பட்ட இடத்துக்கே வந்து சேருவதைப் போல், மனமும் பல திசைகளிலும் பாய்ந்து திரிந்தாலும், வேறு போக்கிடம் இல்லாததால், உயிரிடமே வந்து சேர்கிறது.

ஆழ்ந்த உறக்கத்தில் மனிதன் கனவுகூடக் காண்பதில்லை. இந்நிலையை ஆருணி, பிரம்மத்துடன் இரண்டறக் கலக்கும் நிலை என்கிறார்.

"அன்பிற்குரியவனே! ஜீவன் உறங்கும்போது, அது பிரம்மத்துடன் கலந்திருக்கும். அது தன்னைப் பிரம்மத்துடன் இணைத்துக் கொண்டிருக்கும்."

இவ்வாறு நாம் நாள்தோறும் பிரம்மத்தில் கலந்து கொண்டே இருக்கிறோம். ஆனால் அதன் உணர்வும், பயனும் (முக்தியும்) நமக்குக் கிடைப்பதில்லை. இதைக் குறித்து சாந்தோக்ய உபநிஷதம் கூறுகிறது.

"தாம் நடந்து கொண்டிருக்கும் பூமிக்கடியில் பொற்களஞ்சியம் மறைந்துள்ளதென்பதை அறியாமலிருக்கும் மக்களைப் போலவே. ஜீவன்களும் ஒவ்வொரு நாளும் பிரம்மலோகம் சென்றாலும், அதை அடைவதில்லை. ஏனெனில் ஜீவன்கள் பொய்யாலும், அஞ்ஞானத்தாலும் குழப்பட்டுள்ளன."

(த) மோட்சமும், பரலோகமும்: இந்த ஆரம்பகாலத் தத்துவ அறிஞர்களில் அத்வைதவாதிகளும் இருக்கின்றனர். ஆனால் அவர்களைச் சங்கராச்சாரியாரைப் போன்ற அத்வைதவாதிகளாகக் கருத முடியாது. ஏனெனில் அவர்கள் சங்கரரைப் போன்று உலகத்தையும், உலக இன்பங்களையும் இகழ்ந்து பேசத் தயாராயில்லை. எதைக் குறித்தும் வெட்டொன்று துண்டு இரண்டாகக் கச்சிதமாகச் சொல்லி விடுமளவுக்கு மதத்திற்கெதிரான சுதந்திரச் சிந்தனை தோன்றவில்லை.

பாதையிலுள்ள தடைக்கற்களை அகற்றிக் கொண்டு முன்னேறிச் செல்லக்கூடிய அளவுக்கு மனிதனின் அறிவும் வளர்ச்சி பெற்றிருக்க வில்லை. கீழ்க்காணும் மேற்கோளில் மோட்சம் பெற்ற ஆன்மாவுக்கும், பிரம்மத்துக்குமிடையே வேற்றுமை இல்லையென்பது விவரிக்கப் பட்டுள்ளது.

"அன்பானவனே! தேனீக்கள் பல்வேறு செடிகளின் சாரங்களி லிருந்து ஒரே சாரமாகத் தேனைத் தயாரிப்பது போல, அத்தேனிலுள்ள பல்வேறு செடிகளின் சாரங்கள், 'நான் இந்தச் செடியின் சாரம், நீ அந்தச் செடியின் சாரம்' என்று வித்தியாசம் பாராட்டிக் கொள்ளாத தைப் போல, இவ்வுலகத்தின் ஜீவன்கள் அனைத்தும் எண்ணத்தை அடைந்தாலும், தாம் அதை அடைந்தோமென்று உணர்வதில்லை."

இங்கே ஆழ்ந்த உறக்கமும், தேனின் எடுத்துக்காட்டும் ஒன்றே என்று கூற முயற்சி செய்யப்பட்டுள்ளது. ஆனால் ஆன்மாவின் பொதுத் தன்மையையும், பிரம்மத்தின் முழு உடலையுமே ரிஷி வற்புறுத்திக் கூற விரும்புவதாகத் தெரிகிறது. அதையே கீழ்க்காணும் மந்திரம் எடுத்துச் சொல்கிறது.

"இங்கே ஆன்மாவை அறிந்து கொள்ளாமல் பயணமாகிறவர்கள் (இறப்பவர்கள்) எல்லா உலகங்களிலும் சுயேச்சையாகச் சுற்றித் திரிய முடியாது. இங்கே ஆன்மாவை அறிந்து கொண்டு பயணமாகிறவர்கள் எல்லா உலகங்களிலும் தம்மிச்சையாகச் சுற்றித் திரியலாம்."

மோட்சத்தில் தனது நிலையையே இழந்துவிட தத்துவாசிரியர் விரும்பவில்லையென்று இதனால் தெரிகிறது. சாந்தோக்ய உபநிஷத் அதை மேலும் தெளிவாக்குகிறது.

"எதன் எதன் முடிவை ஜீவன் விரும்புகிறதோ, எதை எதை அடைய அது கோருகிறதோ, எண்ணும் மாத்திரத்திலேயே அது, அதன் பக்கத்தில் போய்ச் சேர்ந்து விடுகிறது. ஜீவன் அதைப் பெற்று மகத்தானதாகி விடுகிறது."

பிரம்ம ஞானத்தைப் பெற்று முக்தி நிலையில் இருக்கும் போது-

"தாமரை இலையில் தண்ணீர் ஒட்டாததைப் போல், ஞானிக்கு பாவச் செயல் ஒட்டாது."

'பாவச் செயல் ஒட்டாது' என்னும் இவ்வாக்கியம் நன்னடத் தைக்குப் பாதகமாகக் கூட அமைந்துவிடலாம். ஏனென்றால் இதன் பொருள், 'அவன் பாவச் செயலைச் செய்ய மாட்டான்' என்பதல்ல.

முக்தியடைந்தவனின் பாவங்கள் அழிந்து விடுகின்றன என்பதைக் குறித்து இன்னும் சொல்லப்பட்டதாவது:

“குதிரை தனது ரோமங்களை உதறுவதைப் போல் பாவங்களை உதறிவிட்டுச் சந்திரன் இராகுவின் வாயிலிருந்து மீள்வதைப் போல், உடலை உதறி வெற்றிகொண்டு நான் பிரம்ம லோகத்தை அடைகிறேன்.”

(A) ஆசாரியர்: மோட்சம் பெற ஞானம் மிகவும் அவசியமானது. ஞானத்தைப் பெற ஆசாரியர் மிக அவசியமானவர். இக்கருத்து கீழ்க்காணும் மந்திரத்தில் வற்புறுத்தப்பட்டிருக்கிறது.

“அன்பிற்குரியவனே! ஒருவனைக் கண்ணைக் கட்டி, காந்தார நாட்டிலிருந்து அழைத்து வந்து, ஒரு புதிய ஜன நடமாட்டம் அதிகமுள்ள பிரதேசத்தில் விட்டு விடுகின்றனர். அங்கே அவன், ‘கண்ணைக் கட்டி என்னை இங்கே கொண்டுவந்து விட்டு விட்டார்களே!’ என்று கத்தி அரற்றுகிறான். வேறு ஒருவன் அவனுடைய கண்களைக் கட்டியிருந்ததை அவிழ்த்து விட்டு, ‘இந்தத் திசையில் காந்தாரமிருக்கிறது. இப்படியே போ!’ என்று வழியைக் காட்டுகிறான். அந்த அறிவாளி ஒவ்வொரு கிராமமாக வழியைக் கேட்டுத் தெரிந்து கொண்டே தனது காந்தார நாடு போய்ச் சேர்ந்து விடுகிறான். அதேபோல் இங்கே ஆசாரியன் பிரம்மத்தை அறிந்திருக்கிறான். அவன் முக்தி பெற்ற மறு கணம் பிரம்மத்தை அடைந்து விடுகிறான்.

(B) மறு பிறப்பு: இந்திய புராதன இலக்கியத்தில் சாந்தோக்ய உபநிஷத் தான் முதன்முதலாக, மறுபிறப்பைக் குறித்து குறிப்பிட்டது (மறு உலகத்தில் மட்டுமல்லாமல், இந்த உலகத்திலும் உயிர்கள் தமது செய்வினையைப் பொறுத்து பிறக்கின்றன என்பது மறுபிறப்புத் தத்துவமாகும்) தாம் பிரசாரம் செய்ய ஆரம்பித்திருக்கும் தத்துவம் பிற்காலத்தில் எப்படிப்பட்ட நாசகரமான விளைவுகளை உண்டு பண்ணப் போகிறதென்பதை, அந்த ஆரம்ப காலத் தத்துவாசிரியர்கள் உணர்ந்திருக்க மாட்டார்கள். இந்த மறுபிறப்புச் சித்தாந்தம் சூழ்நிலைக்கேற்றவாறு தம்மை மாற்றிக் கொள்ளக்கூடிய திறன் படைத்த சக்திகளை முடமாக்கிச் சமுதாயத்தைத் தேங்கிக் கிடக்கும் குட்டையாக்கி விடுமென்பதை அவர்கள் அறிந்திருக்க மாட்டார்கள். செத்த பிறகு சிவலோகம் சென்று சுகங்களை அனுபவிப்பதென்னும் கருத்து, துன்பத்தில் மூழ்கியுள்ள மக்களுக்குக் கானல் நீரைக் காட்டுவதேயாகும். சமுதாய ஏற்றத்தாழ்வுகளால் மக்களுடைய வாழ்க்கை நரகமாகிவிட்டிருந்தாலும், அதை எதிர்த்து அவர்கள் கிளர்ந்தெழக் கூடாதென்பதே மறு பிறப்புச் சித்தாந்தத்தின் பிரதான நோக்கமாகும். இதே உலகத்தில் மீண்டும் வந்து பிறப்பதென்பது சுரண்டப்பட்ட வர்க்கத்தினருக்குப் பெரும் சாபக்கேடேயாகும். இந்தத் தத்துவம் ‘இன்றையத் துன்பங்களை மறந்து விடுங்களெ’ன்று உபதேசிப்பது மட்டுமல்லாமல், இன்றைய சமூக வேற்றுமைகளை

நியாயப்படுத்தவும் செய்கிறது. உங்களுடைய போன ஜென்மத்தின் தீச் செயல்களாலும், துன்பங்களாலுமே உலகம் இவ்வாறு இருக்கிற தென்று அது காரணம் கற்பிக்கிறது. 'இந்த வேற்றுமைகள் இல்லாமற் போனால், இன்றைய துன்பங்களுக்கு நீங்கள் பரிசைப் பெற முடியாது' என்கிறது 'மறு பிறப்பு' சித்தாந்தம்.

மறுபிறப்பைப் பற்றி மிகப் பழமையான கூற்று இது.

"இங்கே நற்செயல்களைச் செய்பவர்கள் பிராமண, க்ஷத்திரிய, வைசியர் போன்ற சிறப்பான பிறவிகளை அடைவார்களாக! தீச்செயல் களைச் செய்பவர்கள் நாய், பன்றி, தாழ்ந்த குலப் பிறவிகளை அடைவார்களாக!"

இங்கே பிராமண, க்ஷத்திரிய, வைசிய ஆகிய பிறப்புகளை மனிதப் பிறப்புகளாகக் கருதாமல், அவற்றுக்கு மேலானதொரு அந்தஸ்து அளிக்கப்பட்டுள்ளது. அவற்றை மனிதப் பிறப்புகளாகக் கருதினால், சூத்திரப் பிறப்பும் அவற்றுடன் ஒன்றாகி விடுமே! எல்லா மக்களையும் ஒரே உடலின் பல்வேறு அங்கங்களென்று குறிப்பிட்ட பழங்கால "புருஷ ஸூக்த"த்தின் அறிவுரையும் மறக்கப்பட்டாகிவிட்டது. அந்த அறிவுரையும் சமூக அநீதியை மறைக்கவே செய்யப்பட்டதென்றாலும், அதுவும் பயன்படாமற் போய்விட்டது. பிராமணர், க்ஷத்திரியர், வைசியர் ஆகிய சொத்துடைமை வர்க்கத்தாரின் தனிச் சொத்துடைமை யைப் பாதுகாப்பதற்காகவே, அவர்களுடைய அரசியல் அதிகாரத்தை நிலைநாட்டுவதற்காகவே, செய்வினைப் பயன் என்ற மதத் தத்துவத்தை நியாயப்படுத்துவதற்காகவே, தனிச் சொத்தின் காவல்காரனான அரசின் கரங்களை மதத்தின் மூலம் வலுப்படுத்துவதற்காகவே மேற்குறிப்பிட்ட மூன்று பிரிவினரின் பிறப்புக்களுக்கும் விசேஷ அந்தஸ்து அளிக்கப்பட்டது.

(C) **தந்தையர் வழி:** நற்செயல் புரிந்தோர் இறந்த பின்னர் மறு உலகத்துக்குப் போகின்றனர். இது 'தந்தையர் வழி' என்று குறிப்பிடப் பட்டது. அவ்வழியில் செல்லும்முறை கீழ்க்கண்டவாறானதாகும்.

"இந்த உலகத்தில் இருந்து யாகங்களும், நற்செயல்களும், தானதர்மங்களும் செய்பவர்கள், இறக்கும்போது புகையுடன் கலக்கின்றனர். புகையிலிருந்து இரவையும், இரவிலிருந்து தேய் பிறை யையும், தேய் பிறையிலிருந்து ஆறு மாதங்களையும் அடைகின்றனர். மாதங்களிலிருந்து தந்தையர் உலகத்துக்கும், அங்கிருந்து வானத்துக்கும், வானத்திலிருந்து சந்திரனுக்கும் போய்ச் சேருகின்றனர். அங்கே சந்திர லோகத்தில் தத்தமது கால வரையின்படி, தங்கி இருந்து, மீண்டும் சென்ற வழியே திரும்பி வருகின்றனர். அவர்கள் புகையாக இருந்து,

மேகங்களாக மாறி, மழையாகப் பொழிகின்றனர். அப்பொழுது திரும்பி வந்த அந்த ஜீவன்கள் தானியங்களாகவும், மருந்துச் செடிகளாகவும், பருப்பு வகைகளாகவும் பிறக்கின்றனர். உணவைச் சாப்பிடும் ஒவ்வொருவரும், வீரியத்தைச் சுரக்கும் ஒவ்வொருவரும், மீண்டும் பிறந்தவர்களேயாவர்."

இங்கே சந்திர லோகத்தில் இன்பங்களை அனுபவிப்பதும், பிறகு திரும்பி வந்து மேலே கூறியபடி பிராமண, க்ஷத்திரியப் பிறப்புகளில் பிறப்பதும்தான் 'தந்தையர் வழி' யாகும்.

(D) தேவர் பாதை: முக்தி அடைந்தவர்கள் இறுதிப் பயணம் செய்யும் பாதையைத் 'தேவ யானம்' அல்லது 'தேவர்களின் பாதை'யென்று சொல்கின்றனர். தேவர்களின் பாதை தம்மை இந்திரன் போன்ற தேவர்களை நோக்கி அழைத்துப் போகாதென்று அறிந்திருந்தால் வைதீக ரிஷிகள் எவ்வளவு வியப்படைந்திருப்பார்களோ!

சாந்தோக்ய உபநிஷத் கூறுகிறது:

"தேவர்களின் பாதையில் செல்லும் பயணிகள் ஒளிக்கதிர்களை அடைகின்றனர். கதிர்களிலிருந்து நாட்களையும், நாட்களிலிருந்து வளர்பிறையையும், அங்கிருந்து ஆறு மாதங்களையும், ஆறு மாதங்களி லிருந்து வருடத்தையும், வருடத்திலிருந்து சூரியனையும், அங்கிருந்து சந்திரனையும், சந்திரனிலிருந்து மின்னலையும் அடைகின்றனர். பின்னர் மனிதரல்லாத புருஷர் ஒருவர், இந்தத் தேவர் பாதை பயணிகளைப் பிரம்மத்திடம் சேர்ப்பிக்கின்றார். இந்தத் தேவர் பாதையே பிரம்மத்தின் வழியாகும். இந்த வழியில் செல்பவர்கள் மீண்டும் மனிதப் பிறவி எடுப்பதில்லை."

(ந) அத்வைதம்: முக்தியைப் பற்றியும் அதை அடைவதற்கான வழியைப் பற்றியும் இங்கே கூறப்பட்டதிலிருந்து, சாந்தோக்ய உபநிஷத ரிஷிகள் ஜீவாத்மாவுக்கும், பிரம்மத்துக்குமிடையே உள்ள வேற்றுமை யைப் பூரணமாக அகற்றிவிடத் தயாராயில்லை என்பது தெரிகிறது. ஆனால், அவ்வேற்றுமையைக் குறைக்க அவர்கள் முயற்சி செய்தனர். சங்கரர் நான்கு உபநிஷத் வாக்கியங்களை அத்வைத சித்தாந்தத்தை எடுத்துக் கூறுபவையாகக் கருதினார். அவற்றை அவர் "மகா வாக்கியங்கள்" என்றார். அவற்றில் இரண்டு வாக்கியங்களான, "சர்வம் கல்விதம் பிரஹ்ம" (இதுவெல்லாம் பிரம்மமேயாகும்), "தத்வமஸி" (அது நீயேதான்'!) என்பவை சாந்தோக்ய உபநிஷத்திலேயே உள்ளன.

(ப) மக்கள் நம்பிக்கை: சாந்தோக்ய உபநிஷத் ரிஷிகளான ராஜா ஜைவிலியும், பிராமணரான ஆருணியும் புதிய தத்துவத்தைக் கண்டு கொள்ளும் சமயத்தில், வைதீகச் சடங்குகளில் மக்கள் நம்பிக்கை

இழந்து வந்தனர். அவர்கள் மறுபிற ப்பு போன்ற புதிய நம்பிக்கைகளை ஏற்படுத்தி அடிமைகள் உழைப்பாளர் ஆகிய சுரண்டப்பட்ட மக்களின் அடிமை விலங்குகளை மேலும் இறுக்கினர். இன்றைய இந்திய அறிஞர்கள் பலரும் தெரிந்தோ, தெரியாமலோ, அவ்வடிமை விலங்குகளையே இன்னும் வலுப்படுத்துவதற்காக, ஜைவிலி, ஆருணி, யாக்ஞவல்கியர்களைத் துணைக்கு அழைத்துக் கொண்டிருக்கின்றனர். அவர்களை இந்தியத் தத்துவ இயலின் ஆரம்ப கர்த்தாக்களாகப் புகழ்ந்தால் பரவாயில்லை; ஆனால் அதற்கு மாறாக, அவர்களை 'எல்லாம் அறிந்தவர்களாக'ச் சித்திரிப்பதுதான் ஒப்புக் கொள்ள முடியாததாகும். சந்திர கிரகணத்தை ராகுவின் வாயில் சந்திரன் சிக்கிக் கொண்டானென்று கூறியதிலிருந்தும், சூரிய மண்டலத்தைத் தாண்டி சந்திரமண்டலம் இருக்கிறதென்று சொல்லியதிலிருந்தும் அவர்களது 'எல்லாம் தெரிந்த தன்மை' தெளிவாகிறதல்லவா! விஞ்ஞானத்திற்கு எதிரான இவ்விஷயங்களைக் கூறிய மேற்படி 'தத்துவ மேதை'களை, தற்கால இந்திய அறிஞர்கள் 'எல்லாம் அறிந்தவர்களா'கக் கருதுவது தான் நகைப்புக்குரியதாகும். எந்த ஒரு விஷயத்தைப் பரிசீலனை செய்து பார்ப்பதிலும் சிறு தவறுகள் நேரலாம். எனினும் பிரம்ம ஞானத்தைப் பற்றிச் சிந்திக்கப் பிரதானமாக அறிவு தேவையில்லை என்று கருதினால், அவ்வளவு 'பெரிய' பிரம்ம ஞானத்தைப் புரிந்துகொள்ள, மிகச் சாதாரண அறிவுகூட போதுமென்பதுதானே இதன் பொருள்!

திருட்டோ, வேறு ஏதாவது குற்றம் செய்தபோதோ தண்டனை யளிக்கப் போதுமான சாட்சியம் கிடைக்காவிட்டால் குற்றவாளி 'தெய்வப் பிரமாணம்' (கடவுள் மீது ஆணையிடும் முறை) அண்மைக் காலம் வரையிலும் பல்வேறு நாடுகளில் நடைமுறையில் இருந்தது. கீழ்க்காணும் மேற்கோள் விவரிப்பது போல, ஆருணியின் காலத்தில் இப்பழக்கம் மிக அதிகமாக இருந்தது.

"அன்பானவனே! ஒருவனைப் பிடித்துவந்து, 'இவன் திருடினான்: இவனைப் பரீட்சிக்கக் கோடரியைப் பழுக்கக் காய்ச்சுங்கள்!' என்கின்றனர். அவன் உண்மையிலேயே திருடியிருந்து, அதை மறைக்கப் பொய் சொல்கிறான் என்றால், பழுக்கக் காய்ச்சிய கோடரியை அவன் தொட்டால், அவன் கை வெந்துவிடும். அப்பொழுது அவன் குற்றவாளி யாகக் கருதப்பட்டு, மரண தண்டனை விதிக்கப்படுவான்; ஒருவேளை அவன் குற்றம் செய்யாமலிருந்தால், கோடரியைத் தொடும் போது அவனுடைய கை வேகாது. அப்பொழுது அவன் குற்றமற்றவன் என்று கருதப்படுவான்."

ஒரு காலத்தில் 'தெய்வப் பிரமாணம்' என்னும் மோசடியில் சிக்கவைத்து ஆயிரக்கணக்கான நிரபராதிகள் கொல்லப்பட்டு வந்தனர்.

ஆனால், இன்று நேர்மையாளர் எவராவது இம்முறையை ஒப்புக் கொள்வார்களா? 'தெய்வப் பிரமாணம்' உண்மையிலேயே தெய்வீக மானதாக இருந்திருந்தால், மிகப் பெரிய திருடர்களான, சொத்துரிமை படைத்தவர்களான பிராமணர்களையும், க்ஷத்திரியர்களையும், வைசியர்களையும் ஏன் கண்டுபிடித்துத் தரவில்லை?

சாந்தோக்ய உபநிஷத்தின் மற்ற ரிஷிகளைக் குறித்து நாம் பின்னால் எழுதுவோம்.

பிரகதாரண்யக உபநிஷத் (கி.மு. 600)

(க) சுருக்கம்: பிரகதாரண்யக உபநிஷத் சுக்ல யஜுர் வேதத்தின் சதபத பிராமணத்தின் கடைசிப் பாகமும், ஒரு ஆரண்யகமுமாகும். உபநிஷத்துக்களின் மிகப்பெரும் சிந்தனையாளரான யாக்ஞவல்கியரின் கருத்துக்கள் இதில்தான் உள்ளன. அதனாலேயே உபநிஷத் இலக்கியத்தில் பிரகதாரண்யக 'உபநிஷத்துக்கு ஒரு முக்கிய இடம் உண்டு. யாக்ஞவல்கியரைப் பற்றி நாம் வேறொரு இடத்தில் எழுதப் போகிறோம். எனினும் முழு உபநிஷத்தை அறிமுகம் செய்து வைக்க, அதை இங்குச் சுருக்கமாகக் குறிப்பிடுவது அவசியம். பிரகதாரண்ய கத்தில் உள்ள ஆறு அத்தியாயங்களில் இரண்டு, மூன்று, நான்கு ஆகிய அத்தியாயங்களில் முக்கிய தத்துவம் விளக்கப்பட்டுள்ளது. மற்ற அத்தியாயங்களில் சதபத பிராமணத்தின் சடங்குகளைப் பற்றிய வர்ணனைதான் இருக்கிறது. முதல் அத்தியாயத்தில் யாகக் குதிரையின் உதாரணத்தால், 'படைப்பாளன்' வர்ணிக்கப்பட்டிருக்கிறான். பின்னர் மரண சித்தாந்தமும் விவரிக்கப்பட்டிருக்கிறது. இரண்டாம் அத்தியாயத்தில் தத்துவஞானியான காசி அரசர் அஜாத சத்துருவுக்கும், கர்வமுள்ள பிராமணரான கார்க்யருக்குமிடையே நடந்த வாத விவாதம் தரப்பட்டுள்ளது. அதில் கார்க்யரின் கர்வம் அழிந்து, அவர் க்ஷத்திரிய அரசனான அஜாத சத்துருவின் பாதார விந்தங்களில் பிரம்ம ஞானத்தைக் கற்றுக் கொள்ள விழைகிறார். தத்யச் ஆதர்வணத்தின் கருத்துக்களும் இதே அத்தியாயத்தில் உள்ளன. மூன்றாம் அத்தியாயத்தில் யாக்ஞவல்கியரின் தத்துவம் இருக்கிறது. அவர் ஜனகரின் அரசவையில் மற்ற தத்துவ அறிஞர்களுடன் சொற்போர் புரிந்து கொண்டிருக்கிறார். நான்காம் அத்தியாயத்தில் ஜனகருக்கு யாக்ஞவல்கியரின் உபதேசங்கள் திரட்டப்பட்டுள்ளன. ஐந்தாம் அத்தியாயத்தில் தர்மத்தைப் பின்பற்றுவது பற்றிய பல விஷயங்கள் கூறப்பட்டிருக்கின்றன. ஆறாம் அத்தியாயத்தில் யாக்ஞவல்கியரின் குருவான ஆருணியின் குரு பிரவாஹன் ஜைவிலியைப் பற்றிக் கூறப்பட்டுள்ளது. இந்த அத்தியாயத் திலேயே ஆரோக்கியமுள்ள குழந்தை பெறவேண்டுமானால், **காளையின்** மாமிசத்தையும், **எருதுவின்** கறியையும் சாப்பிட வேண்டுமென்று

கர்ப்பிணிப் பெண்களுக்கு யோசனை கூறப்பட்டுள்ளது. இதிலிருந்து அக்காலம்வரை பிராமணர்களும் க்ஷத்திரியர்களும் **பசுவின் புலாலை விரும்பிச்** சாப்பிட்டு வந்தனர் என்பது தெரிகிறது.

இன்றைய இந்துத் தத்துவாசிரியர்கள் தமது கருத்துக்களுக்கு ஆதாரமாக உபநிஷத்துகளை அடிக்கடி மேற்கோள் காட்டுவதைப் போல, அக்காலத்திய பிரகதாரண்யக உபநிஷத், வேதங்களைத் தனது துணைக்கு அழைக்கிறது. அதனாலேயே அது பின்வருமாறு கூறுகிறது:

"ரிக் வேதம், யஜுர் வேதம், சாம வேதம் அதர்வாஸ்கிரஸம், சரித்திரம், புராணங்கள், கல்வி, உபநிஷத்துக்கள், சுலோகங்கள் சூத்திரங்கள், வியாக்கியானங்கள் - இவையெல்லாமே மாபெரும் பிரம்மத்தின் மூச்சுகளாகும்."

இத்தனை வற்புறுத்திக் கூறினாலும், வேதங்களிலும், பிராமணர் களின் யாகங்களிலும், சடங்குகளிலும் மக்கள் நம்பிக்கை இழந்து வந்தனரென்பதில் ஐயமில்லை. இப்படிப்பட்ட கருத்துச் சுதந்திரத்தைத் தடுத்து நிறுத்த, புரோகிதர்களைவிட (பிராமணர்களைவிட) அரசர்கள் (க்ஷத்திரியர்கள்) பெரிதும் முயற்சி செய்து வந்தனர். அதனால்தான் சாந்தோக்ய உபநிஷத் சொல்லிற்று.

"பிரம்மத்தை அறிந்து கொள்ளும் ரகசியம் முதலில் பிராமணர் களுக்குக் கிடைக்கவில்லை. அதனால்தான் எல்லா உலகங்களிலும் பிராமணர்களின் ஆட்சிக்குப் பதிலாக க்ஷத்திரியர்களின் ஆட்சி நிலைபெற்றது."

அரசியலை, குறிப்பாக வர்க்க நலனையுடைய அரசியலை நடத்திச் செல்ல, புரோகித அறிவைக் காட்டிலும், கூர்மையான அறிவு தேவை யென்பதை யாராவது மறுக்க முடியுமா? எனினும் அக்காலத்தியச் சமுதாயத்தில் பிராமணர்களுடைய பெருமதிப்பிற்குரிய நிலையை பிரகதாரண்யக உபநிஷத் புரிந்து வைத்தே இருந்தது. எடுத்துக்காட்டாக, மெத்தப் படித்துத் தலைக்கனம் படைத்த பிராமணரான கார்க்யர் உஷீனர் (இன்றைய பாவல்பூர்) மத்ஸ்ய, (ஐயப்பூர்), குரு (மீரட் மாவட்டம்), பாஞ்சாலம் (ருஹேல்கண்ட், ஆக்ரா பகுதிகள்), காசி (வாரணாசி) விதேகம் (பீகாரிலுள்ள திர்ஹுத்) ஆகிய பிரதேசங்களில் சுற்றுப் பயணம் செய்த பின்னர், காசி மன்னரான அஜாத சத்துருவுக்குப் பிரம்மோபதேசம் செய்யும் நேரத்தில் சூரியன், சந்திரன், மின்னல், இடியின் ஒலி, காற்று, வானம், நெருப்பு, நீர், கண்ணாடி, நிழல், எதிரொலி, சொல், உடல், வலது கண்ணிலும், இடது கண்ணிலும் நிறைந்திருப்பவனை வழிபட வேண்டுமென்று மன்னரிடம் கூறியபோது மன்னரின் சரமாரியான கேள்விகளுக்குக் கார்க்யரால் பதிலே சொல்ல

இயலவில்லை. கடைசியில் சம்பிரதாயப்படி சீடராக்கிக் கொள்ளாம லேயே அஜாத சத்துரு கார்க்யருக்கு உபதேசம் அளித்தார்.

அஜாத சத்துருவின் உபதேசம் வருமாறு: "பிராமணன் வந்து எனக்கு உபதேசம் செய்யவருவது நேர் எதிரான விஷயமாகும். பிராமணன் க்ஷத்திரியனுக்குச் சீடனாக வேண்டுமென்ற எண்ணத்தி லேயே நான் உனக்கு உபதேசிக்கிறேன்" பிறகு மன்னர் கார்க்யரைக் கையைப் பிடித்து, உறங்கிக் கொண்டிருந்த ஒருவரிடம் அழைத்துச் சென்றார். அஜாத சத்துரு அவரை, "பெரியவரே! மஞ்சள்நிற உடை உடுத்தியவரே! சோமராஜா!" என்றெல்லாம் அழைத்தார். ஆனால், அவர் எழவில்லை. பிறகு அவரது கையை அழுத்தி எழுப்பியதுமே, விழித்தெழுந்துவிட்டார். அப்போது அஜாத சத்துரு கூறினார்: "இவர் தூங்கிக் கொண்டிருந்தபோது அறிவு மயமான புருஷனான ஜீவன் எங்கே இருந்தது? இப்போது அது எங்கிருந்து திரும்பி வந்தது? கார்க்யர் இதையெல்லாம் ஒன்றுமே புரிந்து கொள்ளவில்லை." அஜாத சத்துருவே இவ்வாறு விளக்கினார். "இவர் உறங்கிக் கொண்டிருந்த போது, அறிவுமய புருஷனான ஜீவன், இதயத்துக்குள் உள்ள வானத்தில் தூங்கிக் கொண்டிருந்தது"

(ங) பிரம்மம்: பிரம்மத்தைக் குறித்து யாக்ஞவல்கியரின் கூற்றை நாம் பின்னால் கூறுவோம். பிரகதாரண்யகத்தின் இரண்டாம் அத்தியாயத்தில் பிரம்மத்தைப் பற்றி இவ்வாறு குறிப்பிடப்பட்டுள்ளது.

"அந்த ஆன்மா எல்லா உயிர்களுக்கும் அரசனாகும். தேர்ச் சக்கரத்தின் மத்தியப் பகுதியில் அதன் எல்லாக் கிளைகளும் இணைந் திருப்பதைப்போல, இவ்வான்மாவில் (பிரம்மத்தில்) எல்லா உயிர்களும், தேவர்களும், உலகங்களும், ஜீவாத்மாக்களும் இணைந்திருக்கின்றன."

உலகம் பிரம்மத்தின் ஓர் உருவமேயாகும். பித்தாகோரும் மற்றவர் களும் உலகைப் பிரம்மத்தின் உடலென்று கருதுவதைப் போல, இங்கேயும் உலகு பிரம்மத்தின் ஒரு துருவமாகக் கருதப்பட்டது.

"பிரம்மத்தின் இரண்டு உருவங்களே உள்ளன- உருவமுடையது- உருவமற்றது, அழிவுடையது- அழிவில்லாதது."

மத நம்பிக்கையுடைய பழைய காலத்தவர், உலகத்திலுள்ள நல்லவர்களின் குணங்களான கருணை, மன்னித்தல் போன்றவை ஒருங்கேயுள்ளவராகக் கடவுளை நினைத்து வந்தனர். ஆனால் பிரகதாரண்யக உபநிஷத் காலத்தில் மக்கள் குருட்டுத்தனமான பக்தியைவிட்டு, அறிவின் ஆளுகைக்குள் வந்துவிட்டனர். அம்மக்களைத் தம் வாதத்தை ஒப்புக்கொள்ளச் செய்யவும், தம் வாதத்தைத் தர்க்கத்திற்கு

ஏற்புடையதாக்கவும், அதே சமயத்தில் சரியாகப் புரியாமல் வைத்திருக்கவும், பிரம்மத்தை உணர்ச்சியற்ற குணங்கள் உடையதாகச் சித்திரிப்பது அவர்களுக்கு மிகவும் பயனுள்ளதாகும். அதற்காகவே பிரகதாரண்யக உபநிஷத் கூறுகிறது.

"அது (பிரம்மம்) மிகப் பெரியதுமல்ல, மிகச் சூட்சுமமானதுமல்ல. மிக நீண்டதோ, மிகச் சிறியதோ அல்ல. அது சிவப்போ, நிழலோ அல்ல. அது இருளுமல்ல. அது துணையோ, சுவையோ, மணமோ அல்ல. அது கண்ணும், செவியும், மொழியும், மனமும், உயிரும், முகமும் உடையதல்ல. அது உள்ளிலிருப்பதோ, வெளியிலிருப்பதோ அல்ல. அது எவரையும் சாப்பிடுவதில்லை. எவருமே அதைச் சாப்பிட்டு விடுவதில்லை."

பிரம்மத்தின் குண நலன்களுக்கு எல்லையே இல்லை. பிரம்மத்தைக் குறிக்க 'நேதி நேதி' என்ற சொல்லும் முதன் முதலில் இந்தக் காலத்தில் தான் பயன்படுத்தப்பட்டது ('நேதி' என்றால் கடவுளின் மகிமைக்கு முடிவில்லை என்று பொருளாகும்)

(ச) படைத்தல்: ரிக் வேதத்தில் நாஸதீய சூக்தத்தின் கற்பனையைப் பிரகதாரண்யம் தொடர்கிறது.

"முதலில் இது ஒன்றுமே இல்லாமலிருந்தது. உயிரற்ற தன்மை யாலும், பசியாலும் இது சூழப்பட்டிருந்தது. பசியே மரணமாகும். ஆகவே அதுதான், ஆன்மாவுடையதாக (உடலுடன் கூடியதாக) வேண்டுமென்று மனத்தில் விரும்பியது. அது விரும்பியதும் நீர் உண்டாயிற்று. நிலம் உண்டாயிற்று. அங்கே அது களைத்துவிட்டது. களைத்து வெப்பமடைந்த அந்தப் பிரம்மத்தின் ஒளியின் சுவையே நெருப்பாக மாறியது."

கி.மு. 640-525இல் வாழ்ந்திருந்த கிரேக்கத் தத்துவஞானி 'தேல்' கூறியபடி, இங்கேயும் எல்லாவற்றுக்கும் முதன்மையாகப் பவுதீகச் சக்திகளில் நீர் ஒப்புக் கொள்ளப்பட்டுள்ளது. இரண்டாவதாக, நிலமும் மூன்றாவதாக நெருப்பும் அங்கீகரிக்கப்பட்டன.

மற்றோரிடத்தில் சிருஷ்டி இவ்வாறு வர்ணிக்கப்பட்டிருக்கிறது. "ஆன்மாவே முதலில் ஜீவனைப் போன்றிருந்தது. அது தன்னை விட வேறானது எதையுமே கணக்கெடுத்துப் பார்க்கவில்லை. அது முதலில் 'ஸோஹம்' (நான் இருக்கிறேன்) என்று கூறியது. இதனால் அதற்கு 'அஹம்' (நான்) என்ற பெயர் ஏற்பட்டது. அதனால்தான் இன்றுங்கூட அழைத்தால் முதலில் 'நான்' என்று கூறிவிட்டு, பின்னர் வேறு பெயர் சொல்லப்படுகிறது. அது முதலில் அஞ்சியது: அதனால்தான் இன்றும்

மனிதன் அஞ்சுகிறான். அது மற்றதை விரும்பியது. அது தனது சொந்த ஆன்மாவையே (உடலையே) இரண்டு பாகங்களாக்கியது. அவற்றால் கணவனும், மனைவியும் ஆனார்கள்."

மேலும் கூறுகிறது.

"முதலில் பிரம்மம்தான் இருந்தது. 'நான் பிரம்மம்' என்று அது தன்னையறிந்ததும், இதுவெல்லாம் உருவாயிற்று. அப்பொழுது தேவர்களில் யார்- யார் விழித்தெழுந்தார்களோ, அவர்கள் அப்படி அப்படியே உருமாறினார்கள். அதேபோல் ரிஷிகளாலும் மனிதர்களிலும் 'நான் பிரம்மம்' ('அஹம் பிரம்மாஸ்மி') என்று யார் - யார் தம்மை உணர்ந்து கொள்கிறார்களோ, அவர்கள் அப்படியே ஆகிறார்கள். 'அது வேறு' 'நான் வேறு' என்று கருதி வேறு கடவுளைத் தொழுபவர்கள், தாம் தேவர்களின் கால்நடைகள் என்ற உண்மையைப் பாவம், அறியவில்லை."

ஆன்மாவிலிருந்து (பிரம்மத்திலிருந்து) உலகம் எப்படித் தோன்று கிறது என்பது கீழ்க்காணுமாறு கூறப்பட்டுள்ளது.

"நெருப்பிலிருந்து சிறு சிறு தீப்பொறிகள் வெளிவருவதைப் போல், இந்த ஆன்மாவிலிருந்து (பிரம்மத்திலிருந்து) எல்லா உயிர்களும், எல்லா உலகங்களும் எல்லாத் தேவர்களும், எல்லா ஜீவன்களும் தோன்றுகின்றன."

பிரகதாரண்யக உபநிஷத்தின் மற்ற தத்துவக் கருத்துக்களைக் குறித்து, நாம் பின்னால் யாக்ஞவல்கியரைப் பற்றி எழுதும் போது கூறுவோம்.

அத்தியாயம் மூன்று

இரண்டாம் காலகட்ட உபநிஷத்துகள் (கி.மு. 600-500)

'ஈசா' என்பது உபநிஷத ஸம்ஹிதையின் ஒரு பகுதியாகும். 'சாந்தோக்ய'மும், 'பிரகதாரண்யக'மும் பிராமணத்தின் பகுதிகளாகும். இம்மூன்றும்தான் மிகப் பழமையான உபநிஷதங்களென்று சொல்லியிருக்கிறோம். பிற்கால ஆரண்யகங்களான ஐதரேய உபநிஷத்தும், தைத்ரீய உபநிஷத்தும் இன்னோர் அடி முன்னே சென்று, இடைக்கால உபநிஷத்துக்களைக், காட்டிலும் இன்னும் தெளிவாக ஞானத்தை வலியுறுத்தின; சடங்குகளை எதிர்த்தன.

1. ஐதரேய உபநிஷதம்

ஐதரேய உபநிஷத் ரிக்வேதத்தின் ஐதரேய ஆரண்யகத்தின் ஒரு பகுதியாகும். ஐதரேய பிராமணம், ஆரண்யகம் - இரண்டின் ஆசிரியர் மஹிதாஸ் ஐதரேயர் என்பவர். இவ்வுபநிஷத்தில் மூன்று பாகங்கள் இருக்கின்றன. முதல் பாகத்தில், பிரம்மம் எவ்வாறு சிருஷ்டியைப் படைத்தது என்பது கூறப்பட்டுள்ளது. இரண்டு, மூன்று பாகங்களில் பிறப்புகள் வர்ணிக்கப்பட்டுள்ளன. இது மறுபிறப்பைக் கூறும் மிகப்பழைய வர்ணனையாக இருக்கலாம். கடைசிப் பாகத்தில் பிரக்ஞான வாதம் (பிரம்ம வாதம்) சொல்லப்பட்டுள்ளது.

(க) சிருஷ்டி: உலகம் எப்படிப் படைக்கப்பட்டது? இதைப் பற்றி மஹிதாஸ் ஐதரேயர் கூறுகிறார்:

"அந்த ஆன்மா முதலில் தனிமையாகவே வாழ்ந்திருந்தது அப்பொழுது வேறு எதுவுமே இருந்ததில்லை. அது உலகங்களைப் படைக்க வேண்டுமென்று மனத்தில் விரும்பியது. அது இவ்வுலகங்களையும் நீரையும், ஒளிக்கதிர்களையும் சிருஷ்டித்தது. அது உலகத்தை ஆளுபவர்களைப் படைக்க விரும்பியது. அது நீரிலிருந்து ஜீவனை

மேலே எடுத்து அதனை நடுங்க வைத்தது. அதை மெல்லச் சூடாக்கியது. வெம்மை படர்ந்ததுமே, அதன் முகம் முட்டையைப் போலவே பொரிந்து மலர்ந்தது. பின்னர் முகத்திலிருந்து சொல்லும், சொல்லி லிருந்து நெருப்பும், மூக்கிலிருந்து மூக்குத் துவாரங்களும் தோன்றின. மூக்கிலிருந்து உயிரும், உயிரிலிருந்து காற்றும் தோன்றின. கண்கள் ஏற்பட்டன. கண்களிலிருந்து புலன்களும், புலன்களிலிருந்து சூரியனும் தோன்றினான். இரு செவிகளும் ஏற்பட்டன. செவிகளிலிருந்து புலன்களும், புலன்களிலிருந்து திசைகளும் தோன்றின. சருமம் ஏற்பட்டது. சருமத்திலிருந்து ரோமங்களும், ரோமங்களிலிருந்து மூலிகைகளும் தோன்றின. இருதயம் ஏற்பட்டது. இருதயத்திலிருந்து மனமும், மனத்திலிருந்து சந்திரனும் தோன்றின. தொப்புள் ஏற்பட்டது. தொப்புளிலிருந்து துர்நாற்றமும், துர்நாற்றத்திலிருந்து மரணமும் நிகழ்கிறது. பிறப்பு உறுப்பு ஏற்பட்டது. அதிலிருந்து வீரியமும், வீரியத்திலிருந்து நீரும் தோன்றின. பின்னர் ஆன்மா (பிரம்மம்) அந்த ஜீவனுக்குப் பசியையும் தாகத்தையும் ஏற்படுத்திவிட்டது."

சிருஷ்டியைப் பற்றி இது ஒரு மிகவும் பழமையான கற்பனை என்பது இதன் வர்ணனையிலிருந்தே தெரிகிறது. உபநிஷத் ஆசிரியர் ஒரு வாக்கியத்தில் உடல், அதன் புலன்கள், உலகத்திலுள்ள பொருட்கள் ஆகியவைகளின் தோற்றத்தைச் சொல்லிவிட விரும்புகிறார். ஆனால் அக்காலத்திய ரிஷி, பவுதீக உலகத்தைப் பூரணமாக மறுக்க விரும்ப வில்லை. அதனாலேயே வரிசைப்படியான வளர்ச்சியிடம் தஞ்சம் அடைகிறார். 'ஆகுக! அதோ ஆகிவிட்டது' என்று கூற அவருக்குத் துணிவில்லை.

(ங) பிரக்ஞானம் (பிரம்மம்): ஞானம் அல்லது உணர்வை இங்கே ரிஷி பிரக்ஞானம் என்று குறிப்பிடுகிறார்.

"ஞானம், அஞ்ஞானம், மேதாவித்தனம், பார்வை, துணிவு, அறிவு, புத்தி, நினைவு, சங்கற்பம், யாகம், உயிர், கோரிக்கை, வசம் செய்தல்- இவையெல்லாம் பிரக்ஞானத்தின் (பிரம்மத்தின்) மறு பெயர்களாகும்."

பின்னர் அசையும் உயிர்களையும் அசையாத பொருட்களையும் உடைய உலகத்தைப் 'பிரம்ம மயம்' என்கிறார்.

"இந்தப் பிரக்ஞானமே பிரம்மமாகும். இந்த இந்திரனும், இந்தப் பஞ்ச பூதங்களும், முட்டையிலிருந்து வந்தவையும், விதிமுறைகளுக்கு விரோதமாகப் பிறந்தவர்களும், வேர்வையிலிருந்து உண்டானவையும், செடி கொடிகளும், குதிரைகள், பசுக்கள், மனிதர்கள், யானைகள், நடக்கும் பிராணிகள், பறக்கும் பறவைகள், அசையாதன- இவை யாவும் பிரக்ஞாவின் (பிரம்மத்தின்) கண்களாகும். அவை பிரம்மத்தில்

கலந்திருப்பவையாகும். உலகமும் பிரக்ஞாவின் கண்ணேயாகும். அது எல்லாவற்றுக்கும் ஆதாரமாகும். பிரக்ஞானமே பிரம்மமாகும்."

பிரக்ஞானம் அல்லது அறிவை எல்லா இடங்களிலும் ரிஷி இதேபோல் நோக்குகிறார். ஆனால், உலகத்திலுள்ள பொருட்களை மறுத்து, பிரக்ஞானத்தை அவ்விதமாக நோக்குவது அப்போதைக்கு ஆரம்பமாகவில்லை. எனினும் அக்காலத்திய ரிஷி, உலகத்துள் நிகழ்ந்து கொண்டிருந்த செயல்களையும், அசைவுகளையும் பார்த்து, தனது சம காலத்திய கிரேக்கத் தத்துவ மேதைகளைப் போல, உலகத்தை உயிருள்ளதாகக் கருதி அப்படிக் கூறுகிறார்.

2. தைத்திரீய உபநிஷதம்

தைத்திரீய உபநிஷதம் கிருஷ்ண யஜுர்வேதத்தின் தைத்திரீய ஆரண்யகத்தின் ஒரு பகுதியாகும். இதில் மூன்று அத்தியாயங்கள் உள்ளன. அவைகளில் பிரம்மம், சிருஷ்டி, ஆனந்தத்தின் எல்லை சீடனுக்கு ஆசாரியரின் உபதேசம் - ஆகியவை விவரிக்கப்பட்டுள்ளன.

(க) பிரம்மம்: பிரம்மம் குறித்து ஐயம் கொள்பவர்களுக்குத் தைத்திரீய உபநிஷதம் கூறுகிறது:

"பிரம்மத்தை எவன் பொய்யென்று கருதுகிறானோ, அவனே பொய்யானவனாகிறான். பிரம்மம் உண்மையென்று கருதுபவனை மகான் என்று கூறுவார்கள்."

பிரம்மத்தை வழிபடுவதைப்பற்றி அது சொல்கிறது:

"பிரம்மம் பிரதிஷ்டை செய்யப்பட்டுள்ளது என்று எவர் அதைத் தொழுகிறார்களோ, அவர்கள் மரியாதைக்குரியவர்கள் ஆகிறார்கள். அது மகத்தானதென்று யார் அதைத் தொழுகிறார்களோ, அவர்கள் மகத்தானவர்களாகிறார்கள். அதை மனம் என்று கருதித் தொழுபவர்கள் கவுரவிக்கப்படுவார்கள். அதை, பகைவர்களை அழிக்கவல்லது என்று நினைத்து யார் தொழுகிறார்களோ, அவர்களுடைய பகைவர்கள் தூரத்திலேயே செத்து மடிவார்கள்."

இவ்விதம் தைத்திரீய உபநிஷத்தின் பிரம்மோபாசனை அப்போதைக்கு அன்பு- பகைமையிலிருந்து விடுபடவில்லை. பகைவர் களை அழிக்கும் சாதனமாகக்கூட அது பயன்படலாம். பிரம்மோ பாசனைக் குறித்தும், அதன் பலனைக் குறித்தும் இவ்வாறு கூறப்பட்டுள்ளது.

"இதயத்துக்குள் அந்த வானம் இருக்கிறது. அதற்குள் இந்த மனோமயமான, அமுத மயமான, பொன் மயமான புருஷன்

இருக்கிறான். அடித்தொண்டையில் உள்நோக்கிச் சிறு மணியைப் போன்றது தொங்கிக் கொண்டிருக்கிறது. அது ஆன்மாவின் அடிப்படைத் தலமாகும். பிரம்மத்தை இப்படித் தொழுபவன் சொந்த ஆட்சியைப் பெறுகிறான்; மன அரசனை அடைகிறான். இதனால் அவன் மொழிக்கும், பார்வைக்கும், கேள்விக்கும், அறிவுக்கும் அதிபதியாகிறான். பிரம்மம் வான உடல் உடையது."

பிரம்மத்தை மனத் தத்துவமான ஆனந்த மயமான ஆன்மாவென்று கூறியிருப்பதாவது:

"இந்த உணவும் சுவையும் நிறைந்த ஆன்மா (உடல்)விலிருந்து வேறுபட்ட அந்தராத்மா உயிர்மயமானது. அதனால் இவ்வுடல் முழுமை பெற்றுள்ளது. இந்த உயிர் மயமான உடல் ஜீவனைப் போன்றதுதான். உயிர் மயமானதிலிருந்து வேறான மனோமயமானது ஒன்றிருக்கிறது. அதனால் இது முழுமையடைந்திருக்கிறது. இந்த மனோமயமான உடல் ஜீவனைப் போன்றதுதான். அந்த மனோ மயமானதிலிருந்து வேறுபட்ட விஞ்ஞானமயமான ஜீவான்மா இருக்கிறது. அதனால் இது முழுமை பெற்றிருக்கிறது. அந்த விஞ்ஞான மயமானதிலிருந்து வேறான ஆனந்த மயமான (பிரம்ம மயமான) ஆன்மா இருக்கிறது. அதனால் இது முழுமை பெற்றிருக்கிறது. இந்த விஞ்ஞான மயமான ஆன்மா ஜீவனைப் போன்றதுதான்."

இங்கே 'ஆன்மா' என்னும் சொல் உடலிலிருந்து பிரம்மம் வரைக்கும் குறிக்கப்படுகிறது. 'ஆன்மா'வின் அடிப்படை அர்த்தமாக அப்போதைக்கும் 'உடல்' வழங்கிவந்தது. 'ஆன்மீகம்' என்பதற்கு 'உடலுக்குள்' என்னும் பொருள் பழைய உபநிஷத்துக்களில் காணலாம். ஆனால் மெல்ல 'ஆன்மா' என்னும் சொல், உடலிலிருந்து வேறான, தனிச் சக்தியைக் குறிப்பதாக மாறுகிறது. 'ஆனந்தமயமானது' என்னும் சொல் பிரம்மத்தைக் குறிப்பதாகும். இதை விவரிக்க வாதராயணர் "ஆனந்தமயோப் யாஸாத்" என்னும் சூத்திரம் இயற்றினார் (ஆனந்த மயமானது என்பது பிரம்மத்தைக் குறிக்கும்). அது மீண்டும் மீண்டும் பயன்படுத்தப்பட்டதிலிருந்து அந்தப் பொருள்தான் கொள்ள வேண்டியிருக்கிறது.

ஆனந்த பிரம்மத்தைப் பற்றி ஒரு சிறு கற்பனைக் கதையைத் துணைக்கொண்டு உபநிஷத் ஆசிரியர் கூறுகிறார்:

"ப்ரிகு வாருணி தனது தந்தையான வருணனிடம் சென்று 'பகவானே! எனக்குப் பிரம்மத்தைக் கற்றுத் தாருங்கள்' என்று கோரினான். அதற்கு வருணன், 'எதிலிருந்து உயிர்கள் அனைத்தும் தோன்றுகின்றனவோ, எதிலிருந்து உயிர்கள் தோன்றி உயிர்

வாழ்கின்றனவோ, எதனருகில் சென்று அதிலே மறைந்து விடுகின்றனவோ, அதைப்பற்றித் தெரிந்து கொள்ள முயற்சி செய்! அதுவே 'பிரம்மமாகும்' என்றான். அதன் பின்னர் ப்ரிகு வாருணி கடுந்தவம் புரிந்தான். தவம் புரிந்து 'உணவே பிரம்மம்' என்பதை உணர்ந்தான். உணவிலிருந்தே இவ்வுயிர்கள் தோன்றுகின்றன. உணவினாலேயே உயிர் வாழ்கின்றன. உணவுக்குள் சென்று மறைகின்றன என்பதை அறிந்து அவன் மீண்டும் தனது தந்தையிடம் சென்று, 'பகவான்! எனக்குப் பிரம்மத்தைக் கற்றுத் தாருங்கள்!' என்று கேட்டுக்கொண்டான். 'தவம் புரிந்து பிரம்மத்தை அறிந்து கொள்ள முயற்சி செய்!' என்று வருணன் கூறினான். ப்ரிகு வாருணி தவமிருந்து, 'விஞ்ஞானமே பிரம்மமாகும்' என்பதை அறிந்தான். தவமிருந்து 'ஆனந்தமே பிரம்மமாகும்' என்பதைத் தெரிந்து கொண்டான்."

பல்வேறு இடங்களில் நிலைத்திருந்தாலும், பிரம்மம் என்பது ஒன்றேயாகும் என்பது இவ்வாறு கூறப்பட்டுள்ளது:

"அது (பிரம்மம்) ஜீவனிலும் இருக்கிறது. அதுவே சூரியனிலும் இருக்கிறது. அது ஒன்றேயாகும்."

பிரம்மம் மனத்தின் விஷயமோ, சொல்லின் விஷயமோ அல்ல.

(ங) சிருஷ்டி கர்த்தா பிரம்மா: பிரம்மத்திலிருந்து உலகமும், மற்றவையும் தோன்றுகின்றன என்பதை ஏற்கெனவே சொன்னோம். தைத்திரீய உபநிஷத்தின் கூற்றுப்படி முதலில் உலகம் ஒன்றுமே இல்லாமலிருந்தது.

"முதலில் ஒன்றுமே இல்லாமல்தான் இருந்தது. அதிலிருந்து 'இருப்பது' என்பது தோன்றியது. அது தன்னைத்தானே படைத்துக் கொண்டது. அதனாலேயே அதை (உலகத்தை) 'சுக்ருத்' (நன்கு படைக்கப்பட்டது) என்று கூறுகின்றனர்."

பிரம்மம் எவ்வாறு சிருஷ்டியைப் படைத்தது?

"அது (பிரம்மம்) 'நான் வளர வேண்டும்; சிருஷ்டி செய்ய வேண்டும்' என்று விருப்பங் கொண்டது. அது தவம் புரிந்தது. அது தவம்புரிந்து இங்கிருப்பதையெல்லாம், இவ்வுலகத்தையெல்லாம் படைத்தது. அதைப்படைத்த பிறகு அதிலே நுழைந்து கொண்டது. அதிலே நுழைந்து சக்தியுடையதாகவும், அதுவாகவுமே மாறிவிட்டது. விளக்க முடிந்ததாகவும் விளக்க இயலாததாகவும் மறைந்து கொள்ளத்தக்க இடமாகவும், மறைந்து கொள்ள இயலாத இடமாகவும், விஞ்ஞானமாகவும், அஞ்ஞானமாகவும் உண்மையாகவும், பொய்யாகவும் ஆகிவிட்டது.

(ச) ஆசாரியர் உபதேசம்: சீடனுக்கு ஆசாரியரின் கடைசி உபதேசத்தைத் தைத்திரீய உபநிஷதம் கீழ்க்கண்டவாறு விவரித்தது:

"வேதங்களைக் கற்றுத்தந்த பின்னர் ஆசாரியர் தனது சீடனுக்கு உபதேசிக்கிறார்: 'உண்மையே பேசு! தர்மத்தை அனுசரித்து நட! வேதங்களைப் படிப்பதில் அஜாக்கிரதையாக இராதே! ஆசாரியருக் காகக் குருதட்சணை கொண்டு வந்து, தந்தை மகன் என்னும் அன்பின் பிணைப்பைத் தகர்க்காதே! தேவர்களின் காரியங்களிலும், பிதுரர் களின் காரியங்களிலும் அலட்சியம் காட்டாதே! தாயையும், தந்தை யையும், குருவையும், விருந்தாளியையும் தெய்வங்களாக எண்ணு! குற்றமற்ற நமது செயல்களைத் தொடர வேண்டுமே தவிர, மற்றவை களை அல்ல."

அத்தியாயம் நான்கு

மூன்றாம் காலகட்ட உபநிஷத்துகள்
(கி.மு. 500-400)

1. பிரஸ்ன உபநிஷதம்

ஆறு ரிஷிகள் கேட்ட கேள்விகளுக்கு பிப்பலாதர் அளித்த பதில்களின் தொகுப்பே பிரஸ்ன உபநிஷதாகும்.

பிரஸ்ன உபநிஷத்தில் கீழ்க்காணும் விஷயங்கள் விளக்கப் பட்டுள்ளன.

(க) ஜோடித் தத்துவம்: "பகவானே! இந்த மக்களெல்லாரும் எங்கிருந்து பிறந்தனர்?"

"அக்கேள்விக்குப் பிப்பலாதர் இவ்வாறு பதிலளித்தார்- 'பிரம்மா மக்களைப் பெற வேண்டும்' என்னும் கோரிக்கையுடையவரானார். அவர் தவம் புரிந்தார். அவர் தவம் புரிந்து, 'இவர்கள் எனக்காக மக்கள் பலரைப் பெறுவார்கள்' என்ற எண்ணத்துடன் ஒரு ஜோடியை உண்டாக்கினார். அந்த ஜோடி ஜீவனும் உயிரும் ஆகும். சூரியன் உயிரும், சந்திரன் ஜீவனுமாகும். வருடம் பிரம்மாவாகும். அதைத் தென் திசையும், வடதிசையும் இருகாலப் போக்குகளாகும்; தந்தை வழி ஆறு மாதங்கள் ஜீவனாகும். மாதம் பிரம்மாவாகிறான். அதன் தேய்பிறை ஜீவனாகும்; வளர்பிறை உயிராகும். பகலும் இரவும் பிரம்மாவாகும். பகல் உயிரானால், இரவு ஜீவனாகும்."

இவ்விதமாகப் பிரஸ்ன உபநிஷத்தின் பிரதான ரிஷியான பிப்பலாதர், உலகத்தை இரண்டிரண்டு சக்திகளாகப் பிரித்து, அதை ஜோடி மயமாகக் கருதுகிறார். எனினும் ஜீவனும், உயிரும் பிரம்மாவில் ஒன்றாகக் கலந்து விடுகின்றன.

(ங) சிருஷ்டி: ஒரு கேள்வி:

"பகவான்! எத்தனை தேவர்கள் மக்களைத் (சிருஷ்டியை) தாங்குகிறார்கள்? எந்தக் கடவுள் மக்களைத் தோற்றுவிக்கிறார்? அவர்களில் தலைசிறந்தவர் யார்?" என்னும் கேள்விக்குப் பிப்பலாதர் ரிஷி இவ்வாறு விடையளித்தார். 'மக்களைத் தாங்கும் இந்த வானம் ஒரு தேவர். காற்றும், நெருப்பும், நீரும், நிலமும், சொல்லும் மனமும், பார்வையும் கேள்வியும்கூட தேவர்களே!, 'நாங்கள் இந்த உடலை நிறுத்தித் தாங்குகிறோம்' என்று அவர்கள் தோன்றிக் கூறுகிறார்கள். அவர்களில் தலைசிறந்தவரான உயிரானவர், 'மூட்டாள்களாகாதீர்கள்! நான்தான் என்னை ஐந்து பகுதிகளாக்கிக் கொண்டு இந்த உடலை நிறுத்தித் தாங்கிக் கொள்ளுகிறேன்' என்றார். மற்றவர்கள் அவருடைய கூற்றை நம்பவில்லை. அவர் கர்வத்துடன் போக ஆரம்பித்தார். உயிர் போக ஆரம்பித்ததுமே, மற்ற எல்லாப் புலன்களுமே போய் விடுகின்றன. உயிர் தங்கியிருந்தால் மற்றவையும் தங்கி இருக்கின்றன. தேனீக்கள் அனைத்தும் ராணி ஈ இருக்கும் வரை இருந்து, அது புறப்பட்டதுமே மற்றவையும் புறப்பட்டுச் சென்று விடுவதைப் போல, உயிர் போனதுமே மற்ற புலன்களெல்லாமும் கூடப் போய் விடுகின்றன... சொல், மனம், பார்வை, கேள்வி ஆகியவை உயிரை இவ்வாறு தொழுதன: "உயிரே ஜ்வலிக்கும் நெருப்பாகும். அதுவே சூரியனும், மலைத் தேவனுமாகும். இந்திரனும், காற்றும் அதுவே! நிலமும், இருப்பதும், இல்லாததும் அமுதமும், எல்லாமுமே உயிரேயாகும். ஓ உயிரே! உனது உடலிலும் சொல்லிலும் நிறைந்திருப்பதை, கேள்வி யிலும் பார்வையிலும் நிறைந்திருப்பதை, மனத்தில் பரவியிருப்பதை அமைதிப்படுத்து (உடலிலிருந்து அதை வெளியேற விடாதே!)"

இவ்வாறு பிப்பலாதர் உயிரை (விஞ்ஞானத்தை) தலை சிறந்ததாகக் கருதினார். ஜீவனுக்கு (பவுதீகச் சக்திக்கு) இரண்டாம் இடத்தை அளித்தார்.

(ச) கனவு: பிப்பலாதரைப் பொறுத்தவரை 'கனவு நிலை' என்பது ஒரு புரியாத அற்புத நிலையாகும், பாமபுருஷனுடன் அல்லது பிரம்மத்துடன் இரண்டறக் கலக்கும் சமயமாகக் கனவு நிலையை அவர் கருதுகிறார். இதைக் குறித்த கார்க்யரின் கேள்விக்குப் பதிலளிக்கும் போது, பிப்பலாதர் சொல்கிறார்:

"கார்க்ய! மாலை நேரத்தில் மறையும் சூரியனின் ஒளி மண்டலத்தில் சூரிய கிரணங்கள் அனைத்தும் வந்து சேர்ந்து விடுவதைப் போலவும், காலையில் மீண்டும் சூரியோதயம் ஆகும் போது அக்கிரணங்கள் பரவுவதைப் போலவும் கனவில் புலன்கள் எல்லாமும் பரம தேவனின் மனத்தில் வந்து சேர்கின்றன. அதனாலேயே அந்தச் சமயத்தில் இந்த

ஜீவன் கேட்பதில்லை, பார்ப்பதில்லை, நுகர்வதில்லை. 'அவன் உறங்குகிறான்' என்று மட்டுமே அந்த நிலையில் கூறுகிறோம்.

"மனம் எஜமானனாகும். விரும்பிய பலன் பிராணவாயுவாகும். இந்தப் பிராண வாயு எஜமானனை நாள்தோறும் கனவு நிலையில் பிரம்மத்திடம் சேர்ப்பிக்கிறது.

"இங்கே கனவு நிலையில் இந்தத் தேவன் தனது மகிமையை உணர்கிறான். பார்த்ததற்குப் பின்னால் பார்க்கிறான். கேட்டதற்குப் பின்னால் கேட்கிறான். பார்த்தும் பார்க்காமலும், கேட்டும் கேட்காமலும், உணர்ந்தும் உணராமலும் இருப்பதையும் இல்லாத தையும் எல்லாவற்றையும் பார்க்கிறான்."

(ஞ) முக்தி நிலை: முக்தி நிலையைப் பற்றி இந்த உபநிஷத் கூறியதாவது:

"நதிகள் கடலில் கலந்து மறைந்து விடுவதைப் போல, நதிகளின் பெயரும், உருவமும் கரைந்துபோய், 'கடல்' என்று ஒன்று மட்டுமே சொல்லப்படுவதைப் போல ஜீவன் பிரம்மத்தை அடைந்ததுமே, அதனுடைய எல்லா உருவங்களும் மறைந்து போய் விடுகின்றன. அதன் பெயரும் உருவமும் மறைந்து விடுகின்றன. அது 'ஜீவன்' என்னும் ஒரே பெயரில் அழைக்கப்படுகிறது. அதுவே உருவமற்ற அமுத நிலையாகும்."

பொய்யைப் பற்றிச் சொன்னதாவது: "பொய் சொல்பவன் அடியோடு அழிந்து விடுவான்."

2. கேன உபநிஷதம்

ஈசா உபநிஷதத்தைப் போலவே 'கேன உபநிஷதமும், 'கேன' என்னும் சொல்லால் தொடங்குவதால், அதற்கு இப்பெயர் ஏற்பட்டது. கேன உபநிஷத்தின் முதல் இரண்டு பாகங்கள் செய்யுளிலும், கடைசி இரண்டு பாகங்கள் உரைநடையிலும் உள்ளன. செய்யுள் பாகத்தில் ஆன்மா உடலிலிருந்து வேறானதென்றும், அது புலன்களைத் தூண்டக் கூடியதென்றும் நிரூபிக்கப்பட்டுள்ளது. ஆன்மாவே கடைசி சத்தியமென்றும், அது தொழுகைக்குரியதென்றும் குறிப்பிடப் பட்டுள்ளது. இறுதியில் புரியாத மொழியில் கூறியிருப்பதாவது: "யார் அறிந்தவர்களோ உண்மையில் அவர்கள் அறியவில்லை. யார் அறியவில்லையோ, அவர்களே அதை அறிந்தவர்."

ஆன்மாவை நிரூபிக்கும் வகையில் கேன உபநிஷதம் சொல்லிய தாவது: "எவர் கேள்விக்குக் கேள்வியை, மனத்துக்கு மனத்தை, சொல்லுக்குச் சொல்லை, உயிருக்கு உயிரை, கண்ணுக்குக் கண்ணை உணர்கின்றனரோ, அத்துணிவுடையோர் முக்தி பெற்று இவ்வுலகத்தை விட்டுச் சென்று, அமுத நிலை எய்துகின்றனர்."

பிரம்மத்தைத் தவிர வேறெதையுமே வழிபடக்கூடாது.

“எதைச் சொல்லால் சொல்ல இயலாதோ, எதனால் சொல் பிறக்கிறதோ, அதுவே பிரம்மம் என அறிக! சாதாரணமாக மக்கள் தொழுவதெல்லாம் பிரம்மம் அல்ல.

“எதை மனத்தால் நினைக்க இயலாதோ, எதனால் மனம் அறியப்பட்டதென்று கூறுகின்றனரோ அதுவே பிரம்மம் எனத் தெரிக!

“எது உயிரால் உயிர் பெறுகிறதோ, எதனால் உயிர், உயிர் பெற்று வாழ்கிறதோ, அதுவே பிரம்மம் என அறிக!”

கேன உபநிஷதத்தின் உரைநடைப் பகுதியில் உலகத்தின் பின்னால் மறைந்துள்ள எல்லையற்ற சக்தி வர்ணிக்கப்பட்டுள்ளது.

3. கடோபநிஷதம்

(க) நசிகேதா- யமனின் சந்திப்பு: ‘கட’ என்னும் பிரிவைச் சேர்ந்ததால், இதற்கு ‘கடோபநிஷத்’ என்னும் பெயர் ஏற்பட்டது. இது செய்யுள் உருவத்தில் உள்ளது. ‘பகவத் கீதை’ இவ்வுபநிஷத்திலிருந்து எத்தனையோ விஷயங்களை எடுத்துக் கொண்டது. உபநிஷத்துக்களின் உருவத்திலுள்ள பசுக்களிலிருந்து ‘கண்ணன் அர்ச்சுனனுக்காகக் கீதாமுதம் என்னும் பாலைக் கறந்தார்’ என்கின்ற பழமொழியும் கடோபநிஷத்தைக் குறித்துதான் தோன்றியது. நசிகேதஸ்- யமனைப் பற்றிய கதையும் இந்த உபநிஷதத்தில்தான் உள்ளது. நசிகேதாவின் தந்தை மிக மிகக் கிழட்டுப் பசுக்களுடன் கூட, தனது செல்வம் அனைத்தும் தானம் செய்து கொண்டிருந்தார். நசிகேதா அக்கிழட்டுப் பசுக்களைத் தானம் செய்யத் தகுந்தவையாகக் கருதாததால், “தண்ணீர் குடிக்கவும், புல் மேயவும், பால் கறக்கவும் நிறுத்திவிட்ட பசுக்களைத் தானமளிப்பவன், ஆனந்தமற்ற உலகத்துக்குத்தான் போவான்” என்று மனத்துக்குள் நினைத்தான்.

தனது செல்வம் பூராவும் தானமளிப்பதில் இக்கிழட்டுப் பசுக்களையும் சேர்த்துக் கொள்வது எப்படியென்பது நசிகேதாவுக்குப் புரியவில்லை. செல்வமனைத்தும் தானம் செய்வதாக இருந்தால், அச்செல்வத்தில் தன்னையும் சேர்த்துக் கொள்ள வேண்டுமல்லவா என்று அவன் நினைத்தான். அதனால் நசிகேதா “என்னை யாருக்குத் தருகிறீர்கள்?” என்று தந்தையைக் கேட்டான். மீண்டும் மீண்டும் இதே கேள்வியைக் கேட்டுக் கொண்டிருந்த மகன்மேல் வந்த கோபத்தில், “உன்னை மரணத்துக்குத் தானமளிக்கிறேன்” என்றார் தந்தை. நசிகேதா மரணத்தின் தேவனான யமனிடம் சென்றான். அப்பொழுது யமன் எங்கோ வெளியூருக்குப் போயிருந்தான். யமனைச் சேர்ந்தவர்கள்

நசிகேதாவை உண்ணச் சொல்லியும், பருகச் சொல்லியும் எவ்வளவோ வேண்டிக் கொண்டாலும், அவன் யமனைச் சந்திக்காமல் எதையுமே தொட மறுத்துவிட்டான். மூன்றாம் நாள் திரும்பி வந்த யமன் நசிகேதா பட்டினியுடனும், தாகத்துடனும் தனது மாளிகையில் விழுந்து கிடப்பதைக் கண்டு மிகவும் வருந்தினான்; நசிகேதாவை மூன்று வரங்களைக் கோரும்படியும் வற்புறுத்தினான். இந்த வரங்களில் மூன்றாவது மிகவும் முக்கியத்துவமுடையது. நசிகேதா அதை இவ்வாறு கோரினான்:

"செத்த மனிதனைப் பற்றி ஒரு சந்தேகம். செத்த பிறகும் ஜீவன் இருக்கிறான் என்று சிலர் சொல்கிறார்கள். சிலர் இல்லை என்கிறார்கள். இந்த ரகசியத்தைத் தெரிந்து கொள்ளும் வரம் தாங்கள் அருள வேண்டும்."

"இந்த விஷயத்தைக் குறித்து முதலில் தேவர்களுக்கும் ஐயம் எழுந்தது. இந்தச் சூட்சுமமான தர்மத்தை (விஷயத்தை) அறிந்து கொள்வதென்பது சுலபமானதல்ல. நசிகேதா! இதைத் தவிர வேறு ஏதாவதொரு வரம் கேள்! இதை மட்டும் கேட்காதே!" என்றான் யமன்.

"ஓ மரண தேவனே! தேவர்களும் இவ்விஷயத்தில் ஐயம் கொண்டார்களா? இதை அறிந்து கொள்வது சுலபமல்லவென்று தாங்கள் கூறினாலும், தங்களைப்போல் இந்த ரகசியத்தை எடுத்துச் சொல்லக்கூடியவர்கள் வேறு யாருமில்லை. ஆகவே, இந்த வரத்தைப் போன்ற வரம் வேறெதுவுமில்லை."

"இக உலகத்தில் கிடைத்தற்கரிய சுக போகங்களை நீ வரமாகக் கேள்! தேர்கள், இசைக் கருவிகளுடன் மனிதர்கள், அடைய இயலாத அழகிகள் இதோ இருக்கிறார்கள்! நான் உனக்களிக்கும் இந்த எழிலரசிகளுடன் எல்லையில்லா இன்பத்தை அனுபவி! மரணத்தைப் பற்றி மட்டும் என்னைக் கேட்காதே!"

"இன்று இன்பம் அனுபவித்தால், நாளை இதுவெல்லாம் அழிவதுதான்! ஓ மரண தேவனே! செத்தொழியும் மனிதர்களுடைய புலன்களின் சக்தி நாசமாகக் கூடியதுதான்! இன்னும் சொன்னால், மனித வாழ்வே சில நாள் இருக்கக்கூடியது தான். இந்தத் தேர்களும் குதிரைகளும் உன்னிடமே இருக்கட்டும். நாட்டியமும், பாடல்களும் நீயே வைத்துக்கொள்! மக்கள் கற்பனை செய்து கொண்டிருக்கும் மகிமை பொருந்திய பரலோக ரகசியத்தைத் தெரிவியுங்கள்! இந்த அற்புதமான வரத்தைத் தவிர வேறெந்த வரமும் எனக்குத் தேவையில்லை."

இதன்பிறகு யமன் நசிகேதாவுக்கு உபதேசம் செய்யச் சம்மதித்தார்.

(ங) பிரம்மம்: கடோபநிஷத்தில் பல இடங்களில் பிரம்மம் வர்ணிக்கப்பட்டுள்ளது. ஓரிடத்தில் அது 'புருஷர்' எனவும் குறிப்பிடப் பட்டுள்ளது.

"புலன்களைக் கடந்த விஷயங்கள் இருகின்றன. இவ் விஷயங் களைக் கடந்து மனமும், மனத்தைக் கடந்து அறிவும், அறிவைக் கடந்து மகத்தான ஆன்மாவும் இருக்கின்றன. மகத்தான ஆன்மாவைக் கடந்த அடிப்படைத் தத்துவமும், அடிப்படைத் தத்துவத்தைக் கடந்த புருஷரும் இருக்கிறார்கள். புருஷருக்கும் மேலானதொன்றுமில்லை. அவரே முடிவானவர். அவரே பிரம்மமாகும்."

கடோபநிஷத் மேலும் கூறுகிறது:

"கீழே வேரும், மேலே கிளைகளுமுடைய இந்த ஆலமரம் மிகப் பழமையானது. அதுவே வீரியமும் பிரம்மமுமாகும். அதுவே அமுத மென்றும் சொல்லப்படுகிறது. அதன் மீதே உலகங்கள் அனைத்தும் சார்ந்திருக்கின்றன. அதை எவருமே எதிர்த்துச் செயல்பட முடியாது. இதுவே அந்தப் பிரம்மமாகும்."

"அணுவை விட நுணுக்கமான அவை மகத்தானதைக் காட்டிலும் மகத்தான அந்த ஆன்மா மிருகத்தின் இதயத்துள் மறைந்திருக்க வில்லை."

"அங்கே சூரியன் பிரகாசிப்பதில்லை. சந்திரனும், நட்சத்திரங் களும் ஒளி விடுவதில்லை. மின்னல் மின்னுவதில்லை. பின்னர் இந்த நெருப்பு எங்கிருந்து எரிகிறது? அந்தப் பிரம்மம் பிரகாசித்த பிறகு தான் இவையனைத்தும் ஒளி பெறுகின்றன. அதன் ஒளிக் கிரணங் களாலேயே இவையெல்லாம் ஒளிர்ந்து ஜொலிக்கின்றன."

"ஒரேயொரு தீ உலகத்திற்குள் நுழைந்து பல உருவங்களாக மாறுவதைப் போல் எல்லா உயிர்களுக்குமாக ஒரு அந்தராத்மா இருக்கிறது. அது ஒவ்வொரு உருவமாக மாறியதல்லாமல் அவைகளுக்கு வெளியேயும் இருக்கிறது."

பிரம்மம் எல்லா இடங்களிலும் பரவியிருந்தாலும், அது எதனுடனும் ஒட்டிக்கொள்ளாமலேயே இருக்கிறது.

"எல்லா உலகங்களின் கண்ணான சூரியன் தனக்கு வெளியேயுள்ள குறைபாடுகளுடன் எவ்விதத் தொடர்பும் இல்லாமல் எப்படி இருக்கிறதோ, அதேபோல் எல்லா ஜீவன்களுக்குமான அந்தராத்மா (பிரம்மம்) உலகத் துன்பங்களுடன் தொடர்புடையதல்ல."

பிரம்மத்தின் புரிபடாத சக்தியை விளக்க, முதன் முதலில் புரியாத மொழியை கடோபநிஷத்தே அதிகமாகப் பயன்படுத்தி இருக்கிறது.

"அது பலரால் கேட்கக் கூட இயலாதது. கேட்டாலும் அது பலரால் புரிந்து கொள்ள முடியாதது. அதைப் பற்றிக் கூறுபவன் வியப்புக்குரியவன். அது கிடைக்கப் பெற்றவன் திறமையானவன். அதை உபதேசமாகப் பெற்றவன் ஆச்சரியத்துக்குரியவன்."

"உட்கார்ந்தவன் தூரமாகச் செல்கிறான். படுத்தவன் எங்குமே போகிறான். என்னைத் தவிர அந்த ஆனந்தமயமானவனும் துன்ப மயமானவனுமான தேவனை யார் அறிய முடியும்?"

(ச) ஆன்மா (ஜீவன்): கடோபநிஷத் ஜீவாத்மாவை வர்ணித்த முறையிலிருந்து, ஆன்மா, பிரம்மம் ஆகியவைகளின் சங்கமத்தை (அத்வைத தத்துவத்தை) அது வலியுறுத்தியதாகத் தெரியவில்லை. கீழ்க்காணும் சுலோகத்தில் ஆன்மா உடலிலிருந்து வேறுபட்டதென்று கூறப்பட்டிருக்கிறது. இதை 'பகவத்கீதையும்' தன்னுடையதாக்கிக் கொண்டது.

"ஆன்மாவை அறிந்தபின் பிறப்பதில்லை; சாவதில்லை; அவன் எங்கிருந்தோ வந்தவனுமல்ல. அவன் பிறப்பற்றவன்; நிரந்தரமானவன், காலகாலமாக இருப்பவன். உடல் அழிந்தாலும் அவன் அழிவதில்லை.

"அறிவீனத்தாலேயே கொலைகாரன், தான் கொலை செய்வதாக நினைக்கிறான்; கொலை செய்யப்படுபவன் தான், சாவதாகக் கருதுகிறான், உண்மையில் அவன் கொல்வதுமில்லை; இவன் சாவதுமில்லை."

கடோபநிஷத், தேரின், உதாரணத்தால் ஆன்மாவை நிரூபிக்க விரும்பியது:

"ஆன்மாவைத் தேர்மேல் நின்று போர் செய்யும் போர் வீரன்... என்று தெரிந்துகொள்! உடல் வெறும் தேர் மட்டுமே! புலன்களைக் குதிரைகள் எனலாம். மனத்தைக் கடிவாளமாகக் கொள்ளலாம். அறிவு தேரோட்டியாகும்."

(ஞ) முக்தியும், அதன் சாதனங்களும்: துன்பங்களிலிருந்து விடுபடுவதும், பிரம்மத்தை அடைவதுமான முக்தி, உபநிஷத்துக்களின் குறிக்கோளாகும். கடோபநிஷதம் மனிதனை முக்திக்காக முயற்சி செய்யத் தூண்டுகிறது.

"எழுக! விழிப்படைக! வரங்களைப் பெறுக! அந்தக் கடினமான வழியைக் கடப்பது, கூர்மையான வாளின் முனையைக் கடப்பது போலாகுமென்று ரிஷிகள் கூறுகிறார்கள்."

தர்க்கத்தாலோ, மெத்தப் படிப்பதாலோ, அறிவினாலோ அதை அடைய முடியாது.

"ஆன்மா கற்பதாலோ, கற்பிப்பதாலோ கிடைக்காது. அறிவினாலோ, அதிக விஷயங்களைத் தெரிந்து கொள்வதாலோ அதை அடைய இயலாது.

"மற்றவர்கள் சொல்லித் தெரியாமல் இங்கே வேறு வழி இல்லை. அது மிக மிக சூட்சுமமானதாகையால், பரமாணுவாகவும், வாத விவாதத்துக்கு அப்பாற்பட்ட விஷயமாகவும் இருக்கிறது. இந்த அறிவு (ஞானம்) தர்க்கத்தால் பெறக்கூடியதல்ல. அன்பிற்குரியவனே! மற்றவர்கள் எடுத்துக் கூறிய பிறகே, இதைப் புரிந்து கொள்வது எளிதாக இருக்கும்."

(A) நன்னடத்தை: பிரம்மத்தை அடைவதற்கு ஞானத்தையும் தியானத்தையுமே பிரதான சாதனங்களாக கடோபநிஷதம் கருதுகிறது. எனினும் நன்னடத்தையைக் குறைவாக அது நினைக்கவில்லை:

"கெட்ட நடத்தையை விட்டொழிக்காதவன், அமைதியும் நிலையான மனமும் இல்லாதவன், அல்லது அமைதியான மனமற்றவன் வெறும் அறிவால் இதை அடைய இயலாது."

ஆயினும் கடோபநிஷதம், முக்திபெற ஞானத்தையே அதிகமாக வற்புறுத்துகிறது.

"எலலா உயிர்களுக்குள்ளும் மறைந்திருக்கும் இந்த ஆன்மா பிரகாசிப்பதில்லை. ஆனாலும், அதை மிக அதிகமான அறிவு படைத்தவர்களால் பார்க்க முடியும்."

(B) தியானம்: பிரம்மத்தை அடையவோ முக்தியைப் பெறவோ அறிவுக்கண் அவசியமாகும். ஆனால், அத்துடன் ஞானத்தைக் கண்டு கொள்ளத் தியானம் அல்லது நிலையான மனம் அவசியமாகும்.

"நம்மைப் படைத்தவன் வெளிப்புறத்தில் துவாரங்களை (புலன் களை) வைத்திருக்கிறான். அதனாலேயே மனிதர்கள் வெளிப் புறத்தையே நோக்குகிறார்களே தவிர, உள்நோக்கிப் (அந்தராத்மாவை) பார்ப்பதில்லை. ஒரு சில பொறுமைசாலிகள் கண்களை மூடி, அமுத வழியை அடையும் கோரிக்கையுடன் உள்நோக்கி ஆன்மாவைப் பார்க்கின்றனர்.

"பிரம்மத்தைக் கண்களால் அடைய முடியாது. சொல்லாலோ, மற்ற கடவுள்களாலோ, தவத்தாலோ, செயல்களாலோகூட அடைய

முடியாது. புனிதமான ஞானத்தால் மனத்தைப் புனிதப்படுத்திக் கொண்டவனால் மட்டுமே அந்தக் களங்கமற்ற பிரமத்தைக் காணமுடியும்.

4. முண்டக உபநிஷதம்

'முண்டக' என்றால் 'மொட்டைத் தலையுடையவன்' என்று பொருள். அதாவது வீட்டைத் துறந்த சன்னியாசி அல்லது பிட்சு. இவர்கள் எல்லோரும் இக்காலத்தைப் போலவே அக்காலத்திலும் மொட்டைத் தலையர்களாகவே இருந்து வந்தனர். புத்தர் காலத்தில் இப்படிப்பட்டவர்கள் மிக அதிகமாக இருந்தனர். புத்தரும், அவரது சீடர்களும்கூட மொட்டைத் தலையர்கள்தான்! முண்டக உபநிஷதத்தில் முதன் முறையாக நமக்குப் புத்தர் காலத்திய ஊர் சுற்றிச் சந்நியாசிகளின் கருத்துக்கள் தெரிய வருகின்றன. அதில் பழைய பரம்பரையிலிருந்து புதியதொரு பரம்பரை தொடங்குவது தெரிகிறது.

(க) சடங்குகளுக்கு எதிர்ப்பு: பிராமணர்கள் செய்து வந்த யாகங்களும், சடங்குகளும் முண்டக உபநிஷதத்துக்கு எரிச்சல் ஊட்டுவதுபோல் தோன்றுகிறது.

"யாகங்கள் உருவத்திலுள்ள இப்படகுகள் மிகவும் பலவீனமானவை. அஞ்ஞான வசத்தால் யாகங்களைச் செய்பவர்கள் மீண்டும் மீண்டும் முதுமையையும், மரணத்தையும் அடைகின்றனர். அஞ்ஞானத்தால் சூழப்பட்டிருந்தும் தம்மைத் தீரர்களாகவும், அறிஞர்களாகவும் எண்ணிக் கொள்ளும் மூடர்கள், குருடர்களால் வழி நடத்திச் செல்லப்படும் குருடர்களைப் போல, துன்பமடைந்து அலைந்து கொண்டிருக்கின்றனர். அறிவீனத்தால் அவர்கள் தம்மை மகிழ்ச்சி யுடையவர்களாகக் கருதிக் கர்வப்பட்டுக் கொண்டிருக்கின்றனர். இந்த அப்பாவிகள் சடங்குகளின் மீதுள்ள பற்றால், உண்மைக் காரணத்தை அறிந்து கொள்வதில்லை. அதனாலேயே இவர்கள் புண்ணிய லோகத்தி லிருந்து கீழே விழுகிறார்கள். தவத்தாலும், பக்தியாலும் பிச்சை எடுத்துக்கொண்டு அமைதியான மனத்துடன் காட்டில் வாழும் அறிஞர்கள் மட்டுமே, பாவங்களிலிருந்து விடுபட்டு, சூரியனின் வழியாக அமுதமயமான அழிவற்ற ஆத்ம புருஷன் இருக்கும் இடத்தை அடைகின்றனர்."

புரோகிதர்கள் பெருமை கொள்ளும் வேதங்களுக்கும், வேதங்களில் கூறப்பட்ட சடங்குகளுக்கும் முண்டக உபநிஷதம் முக்கியத்துவம் அளிக்கவில்லை.

"பிரம்ம ஞானிகள் இரண்டுவிதமான கல்வி கற்க வேண்டுமென்று கூறுகின்றனர். ஒன்று பெரியது, மற்றொன்று சிறியது. ரிக்வேதம், யஜுர் வேதம், சாம வேதம், அதர்வண வேதம், வேதாந்தங்கள். இலக்கணம், யாப்பு, ஜோதிடம்- இவையனைத்தும் சிறிது பெரிய கல்வி என்பது அந்த அழிவில்லாத் தத்துவத்தை தெரிந்து கொள்வதாகும்."

(ங) பிரம்மம்: பிரம்மத்தைக் குறித்து முண்டக உபநிஷதம் கூறுகிறது:

"அந்த அமுதமயமான பிரம்மம் முன்னாலும், பின்னாலும், இடது பக்கத்திலும், வலது பக்கத்திலும் இருக்கிறது. மேலேயும் கீழேயும்கூட அந்த பிரம்மமே பரவியிருக்கிறது. எல்லாமுமே தலைசிறந்த பிரம்ம மாகும்.

"இதுவெல்லாம் பிரம்மமேயாகும். இதயத்துக்குள் மறைந்திருக்கும் இதை அறிபவனே, அஞ்ஞானத்தை அழிப்பவனாகிறான்.

"அந்த மாபெரும், தெய்வீகமான, சிந்திக்க இயலாத, மிகவும் சூட்சுமமான பிரம்மம் பிரகாசிக்கிறது. தொலைவிலிருந்து பார்ப்பவர் களுக்கு அது மிகவும் தொலைவிலிருக்கும். உண்மையாகப் பார்ப்பவர் களுக்கு அது தமது இதயத்துக்குள்ளேயே மிக அருகில் இருக்கும்."

(ச) முக்தி பெறுவதற்கான சாதனங்கள்: சடங்குகள், யாகங்கள், தானங்கள், வேதங்களைப் படித்தல் ஆகியவற்றை முண்டக உபநிஷதம் துச்சமாக நினைக்கிறதென்பதைக் கூறினோம். அவற்றிற்குப் பதில் அது வேறு சாதனங்களைக் குறித்து எடுத்துச் சொல்கிறது.

"இந்த ஆன்மா எப்பொழுதும் உண்மையாலும், தவத்தாலும், பிரம்மசரியத்தாலும் பெறக்கூடியது. உடலுக்குள் அது புனித ஜோதி மயமாக இருக்கிறது. அதைக் குறைகளற்ற முனிவர்கள் கண்ணால் பார்க்கின்றனர்.

இந்த ஆன்மாவை வலுவற்றவன் அடைய இயலாது. அலட்சியத் தினாலோ, ஆண்மையற்ற தவத்தினாலோ கூட இதைப் பெற முடியாது."

இங்கே 'ஆண்மையற்ற' என்னும் சொல், அக்காலத்திய சந்நியாசி களின் உடல் நிலையைக் குறிப்பிடுவதாக இருக்கலாம். கடோபநிஷதம், பிரஸ்ன உபநிஷதத்தைப் போலவே, முண்டக உபநிஷதமும் பிராமணர் களின் சடங்குகளின்மேல் கடுந் தாக்குதல் நடந்த, பிற்காலத்தில் தோன்றியதாகும்.

(A) குரு: முண்டக உபநிஷதம் குருவின் முக்கியத்துவத்தை ஏற்றுக் கொள்கிறது. இதற்கு முன்புகூட மற்ற வித்தைகள் கற்பிப்பவர்களைப்

போலவே, பிரம்ம ஞானத்தைக் கற்பிக்க ஒரு ஆசாரியர் இருந்து வந்தார். ஆனால் இக்காலத்தில் அவைதீக மதங்களான பவுத்தத்திலும், சமணத்திலும் தீர்த்தங்கரருக்கு இருந்த முக்கியத்துவத்தை முண்டக உபநிஷதம் குருவுக்குத் தருகிறது.

"தமது செய்வினைகளால் தேர்ந்தெடுக்கப்பட்ட உலகத்தைப் பரிசீலித்த பிறகு, பிராமணர்கள் துறவு மனோநிலை கொள்ள வேண்டும். பிரம்மத்தைத் தமது செயல்களால் அடைய முடியாது என்கிற மனநிலை அவர்களுக்கு வரவேண்டும். அந்தப் பிரம்ம ஞானத்தைப் பெறுவதற்காகக் கைகளில் வேள்வியில் எரிய விடும் விறகுகளை எடுத்துக்கொண்டு, வேத விற்பன்னரும் பிரம்ம நிஷ்டையில் ஆழ்ந்தவருமான குருவிடம்தான் செல்ல வேண்டும்".

(B) தியானம்: பிரம்மத்தை அடைய மனத்தின் ஆழ்ந்த நிலை அவசியமாகும்.

"ஓ அன்பிற்குரியவனே! உபநிஷதம் என்னும் மாபெரும் ஆயுதமான வில்லை எடுத்துத் தொழுகை என்னும் கூர்மையான அம்பினால், ஒருநிலைப்படுத்தப்பட்ட மனத்தால் இழுத்து, அந்த அழிவற்ற பிரம்மத்தை நோக்கிச் செலுத்து! பிரணவம் (ஓம் என்னும் மந்திரம்) வில்லாகும். ஆன்மா அம்பாகும். பிரம்மமே குறிக்கோளாகும். அதை அஜாக்கிரதையில்லாமல் கவனமாகத் தாக்க வேண்டும். அம்பைப் போலவே ஒரு நிலைகொள்ள வேண்டும்."

(C) பக்தி: வேத காலத்திய ரிஷிகளும், அதற்குப் பின்னர் ஞான யுகத்தைச் சேர்ந்த ஆரம்ப கால ரிஷிகளான ஆருணி, யாக்ஞவல்கியர் போன்றவர்களும்கூட, தேவர்களைப் புகழ்ந்து பாடிக்கொண்டும், தாம் விரும்பிய போகப் பொருட்களைத் தருமாறும் அவர்களை வேண்டிக் கொண்டும் இருந்தார்கள். ஆனால், சுயமரியாதையுடனேயே அவர்கள் வேண்டுதல் செய்து கொண்டிருந்தார்கள். இது இயற்கையும்கூட. ஏனெனில் நிலப்பிரபுத்துவச் சமுதாயத்திற்குள் பிரவேசித்துவிட்ட பிறகும் ஆரியர்கள் தமது குடியரசு காலத்திய கருத்துக்களையும், தந்தை வழிச் சொத்துரிமை காலத்திய கருத்துக்களையும் இன்னும் விட்டு விடவில்லை. அதனாலேயே அப்போதும் அவர்கள் தேவர்களுடன் சரிசமமான அல்லது நட்புறவான உணர்ச்சியைப் பகிர்ந்து கொள்ள விரும்பினர். ஆனால் இப்பொழுது நிலைமை மாறிவிட்டிருந்தது. ஆரியர்கள் மற்றவர்களுடன் சேர்ந்து இனக் கலப்பு செய்து வந்ததைப் போலவே, அவர்களுடைய கருத்துக்களிலும் வெளியாரின் முத்திரை பதிந்து வந்தது. ஆகவே, அரசியல் துறையைப் போலவே மதத் துறையிலும் சரணாகதி மனநிலை அதிகமாக இருந்தது. முண்டக

உபநிஷத ஆசிரியர் ஞானத்தை மட்டுமே போதுமானதாக எண்ணாமல், கீழ்க்காணுமாறு கூறினார்:

"பிரம்மம் யாரை விரும்புகிறதோ, அவருக்கே அது கிடைக்கிறது: அவருக்கே தனது ரகசியத்தைத் திறந்து காட்டுகிறது."

(D) ஞானம்: மற்ற உபநிஷத்துக்களைப் போலவே, முண்டக உபநிஷதமும் பிரம்ம ஞானத்தை அதிகமாக வலியுறுத்தியது:

"அந்த ஆன்மாவை மட்டுமே அறிந்து கொள்! மற்றவைகளை விட்டொழி! அதுவே அமுதத்தின் (முக்தியின்) பாலமாகும். அதன் ஞானத்தால் பொறுமைசாலிகள் அதை நாற்றிசைகளிலும் காணுகின்றனர். அது ஆனந்தமே உருவானது, அமுதமயமானது. ஒளிமயமானது."

முண்டக உபநிஷதம் பிரம்மத்தை அடைய ஞானத்தை முக்கிய சாதனமாகக் கருதினாலும், முக்தி பெற்ற ஜீவன், பிரம்மத்துடன் இரண்டறக் கலக்கிறதென்று சொல்லாமல், 'பரம சமமான' நிலை அடைகிறதென்று கூறுவது இங்கே கவனிக்கத்தக்கது.

(ஞ) மூவர் தத்துவம்: மேற்கூறியதிலிருந்து முண்டக உபநிஷதம், 'முக்தி' என்றால் பிரம்மத்துடன் சமநிலையை அடைவதுதான் என்று கூறுவதை உணரலாம். ஆகவே அது 'அத்வைத' சித்தாந்தத்தை ஆதரிக்கவில்லை என்பதும், 'துவைத' தத்துவத்தை வலியுறுத்துகிறது என்பதும் தெரிகிறது. பின்வரும் மேற்கோளைக் கவனித்தால், இவ்விஷயத்தில் எவ்விதமான ஐயத்திற்கும் இடமில்லாமல் போய் விடுகிறது:

"கூடி வாழும் இரண்டு பறவைத் தோழர்கள் (ஜீவாத்மாவும் பரமாத்மாவும்) ஒரு மரத்தை அணைத்துக் கொண்டிருக்கின்றனர் அவற்றில் ஒன்று வினைப்பயன் என்னும் பழத்தைத் தின்கிறது. மற்றொன்று பழத்தைத் தின்னாமல் நாற்றிசைகளிலும் ஒளிவிட்டுப் பிரகாசிக்கிறது. அந்த ஒரு மரத்தில் (இயற்கையில்) மூழ்கிய ஜீவன் தன்னிலை மறந்து, மூடனாகித் துன்பம் அனுபவிக்கிறான். இரண்டாவதான கடவுளை அவன் தன் தோழனாகக் கருதி, அவரது மகிமையைக் காணும்போது, துன்பமற்றவனாகி விடுகிறான்."

(ட) முக்தி: முண்டக உபநிஷதத்தின் மூவர் தத்துவமான இயற்கை, ஜீவன், கடவுள் பற்றியும், முக்தி பெறுவது பற்றியும் கவனித்தோம். அவற்றைக் குறித்து இன்னும் தெளிவாகப் புரிந்து கொள்ள வேண்டுமென்றால் கீழ்க்காணும் மேற்கோள்களைக் காணுங்கள்:

"நதிகள் பிரவகித்துக் கொண்டே தமது பெயர்களையும், உருவங் களையும் இழந்து விடுவதைப்போல, ஞானியானவன் பெயரிலிருந்தும் உருவத்திலிருந்தும் முக்தி பெற்றுத் தெய்வீகப் பரம புருஷனை அடைகிறான்."

"ரிஷிகள் இந்தப் பிரம்மத்தை அடைந்து, ஞானத்தைப் பெற்ற திருப்தி அடைந்து, துறவிகளாகி, அமைதி பெற்றவர்களாகின்றனர். மனத்தைக் கட்டுப்படுத்திய அப்பொறுமைசாலிகள் பிரம்மத்தை நாற்றிசைகளிலும் அடைந்து, அதிலேயே கலந்து விடுகின்றனர்."

"வேதாந்தம் கூறிய ஞானத்தை நன்கு புரிந்து கொண்டவர்கள் துறவறத்தால் புனித ஞானம் படைத்த முனிவர்கள், கடைசிக் காலத்தில் பிரம்ம லோகங்களில் அமுதமயமாகி எல்லாவிதங்களிலும் முக்தி பெறுகின்றனர்."

உபநிஷதம் அல்லது ஞானப் பகுதிக்காக முதன் முதலாக இங்கே 'வேதாந்தம்' என்னும் சொல் பயன்படுத்தப்பட்டுள்ளது.

(ண) சிருஷ்டி: பிரம்மம் உலகத்தை எப்படிப் படைத்ததென்பதைப் பற்றி முண்டக உபநிஷதம் இவ்வாறு சொல்கிறது:

"அவர் தெய்வீகமான உருவமில்லாத புருஷர். வெளியேயும் உள்ளேயும் நிறைந்துள்ள பிறவி இல்லாதவர். உயிரும் மனமும் இல்லாதவர். புனிதமானதும் தொடப்படாததுமான இயற்கையையும் கடந்தவர். அவரிடமிருந்தே உயிரும் மனமும், அனைத்துப் புலன்களும் தோன்றுகின்றன. அவரே வானமும், காற்றும், ஒளியும் (நெருப்பும்) நீரும், உலகத்தைத் தாங்கும் நிலமும் ஆவார். அவரிடமிருந்து பலரகமான தேவர்கள் தோன்றினார்கள். கீழ்நிலைத் தேவர்கள், மனிதர்கள், மிருகங்கள், பறவைகள், உயிர், தானியங்கள், பக்தி, உண்மை, விதிகள்- எல்லாமுமே அவர்தான்! அவரால்தான் கடல்களும், மலைகளும் உள்ளன. எல்லாவித கூறுகளும் அவரால்தான் ஓடிக் கொண்டிருக்கின்றன. அவரால் தான் எல்லா மருந்துகளும், சுவைகளும் தோன்றுகின்றன."

"நிலத்திலே மூலிகைச் செடிகள் முளைப்பதைப்போல், உயிருள்ள மனிதனில் ரோமங்கள் தோன்றுவதைப்போல் அழிவில்லாத பிரம்மத் திலிருந்து உலகம் தோன்றுகிறது."

"கொழுந்துவிட்டெரியும் நெருப்பில் ஒரேவிதமான ஆயிரக் கணக்கான ஜுவாலைகள் பிறப்பதைபோல், அழிவற்ற பிரம்மத்தி லிருந்து கணக்கற்ற உயிர்கள் பிறக்கின்றன என்பது உண்மையாகும்."

உலகத்தின் நேரடிக் காரணமாகவும், மறைமுகக் காரணமாகவும் பிரம்மம் இருக்கிறதென்று முண்டக உபநிஷதம் கூறுகிறது. உடலுக்கும், உடலைத் தரித்த உயிருக்குமுள்ள தொடர்பு, பிரம்மத்துக்கும் உலகத்துக்கும் இருப்பதாக அது கருதுகிறது. அதனால்தான் அது ஜீவன், பிரம்மம், இயற்கை மூன்றையுமே ஒப்புக் கொள்கிறது. உலகைப் படைத்ததில் இயற்கைக்குப் பங்கில்லை என்று அது கூறவில்லை. மேலே சொன்ன உதாரணங்கள் இதையே வலியுறுத்துகின்றன.

முண்டக உபநிஷதத்தைப் பின்பற்றுபவர்கள், புத்தர் வாழ்ந்த காலத்தில் 'பரிவிராஜகர்கள்' என்னும் மதச் சம்பிரதாயத்தைச் சேர்ந்தவர்களாக இருந்தனர். 'பாலி' மொழியிலுள்ள சூத்திரங்களின் கூற்றுப்படி, 'மரணத்திற்குப் பின் ஆன்மா நோயற்றதாகவும், தனிமையுடையதாகவும், மகிழ்ச்சி நிறைந்ததாகவும் இருக்கும்' என்பது இவர்களுடைய தத்துவமாகும்.

பொட்டபாத, வச்சகோத்த போன்ற பல 'பரிவிராஜகர்கள்' (துறவிகள்) புத்தரிடம் பக்தி செலுத்தினர். புத்தரின் தலைசிறந்த இரு சீடர்களான சாரி புத்திரரும், மோத்கல்யாணரும் பரிவிராஜக சம்பிராயத்தின் முதல்வர்களாவர். அம்பஷ்டகர் என்னும் பிராமணர் புத்தரின் முன் 'முண்டகர்கள், சமணர்கள், கருப்பர் ஆகியோர் பிரம்மாவின் காலிலிருந்து பிறந்தவர்கள்' என்று ஏசியதிலிருந்து முண்டக உபநிஷதத்தைப் பிராமணர்கள் வெறுத்து வந்தனர் என்பது தெளிவாகிறது. சுந்தரிகா பாரத்வாஜர் புத்தரை 'முண்டகர்' என்று திட்டியதும், இதையே எடுத்துக்காட்டுகிறது. பவுத்தர்களின் 'மஜ்ஜிம் நிகாயம்' என்னும் நூலில், அக்காலத்திய துறவிகளின் பல சித்தாந்தங்கள் விவரிக்கப்பட்டுள்ளன. அவை முண்டக உபநிஷதத்தில் கூறியதைப் போலவே இருக்கின்றன. துறவிகள் மதச் சடங்குகளை எதிர்ப்பவர்களாகவும் இருந்து வந்தனர்.

5. மாண்டூக்ய உபநிஷதம்

மாண்டூக்ய உபநிஷதத்தில் விவரிக்கப்பட்ட விஷயங்களில், 'ஓம்' மந்திரத்தை வீணான வகையிலே தத்துவஇயல் அந்தஸ்துக்குக் கொண்டு செல்ல முயற்சி செய்யப்பட்டுள்ளது. உயிர்களின் நான்கு நிலைகளான விழிப்பு, கனவு, ஆழ்ந்த உறக்கம், முக்தி ஆகியவை இதில் ஆராயப்பட்டுள்ளன. இந்த உபநிஷதத்துக்கு மற்றொரு முக்கியத்துவமும் இருக்கிறது. 'மறைமுக பவுத்தர்' என்று பெயர் பெற்ற ஆதி சங்கராச்சாரியாரின் பரம குருநாதரான கவுட பாதர், முதன் முதலாக 'மாண்டூக்ய உபநிஷதத்'தின் மீது விளக்கவுரை எழுதினார். அதில் அவர் பவுத்த தத்துவமான 'விஞ்ஞான வாத'த்திலிருந்து எத்தனையோ

விஷயங்களை ஏற்றுக் கொண்டார். இவ்விதமாக அவர் இனி வரவிருக்கும் சங்கரரின் 'அத்வைத வேதாந்த'த்துக்கு விதை விதைத்தார்.

(க) ஓம்: "கடந்த காலமும், நிகழ் காலமும், எதிர்காலமும் எல்லாமே 'ஓம்' உருவமாக இருக்கின்றன. முக்காலத்தைக் கடந்திருப்பதும் கூட ஓங்காரமேதான்!"

(ங) பிரம்மம்: ஓங்காரத்தைப் பிரம்மத்துடன் இணைத்து அது மேலும் கூறுகிறது.

"எல்லாமுமே இந்தப் பிரம்மம்தான்! இந்த ஆன்மா (ஜீவன்) பிரம்மம் ஆகும். ஆன்மா நான்கு பாகங்கள் கொண்டது. 1. முதல் பாகம், விழிப்படைந்த நிலையிலுள்ளதும், வெளிப்புற ஞானம் கொண்டதும், ஏழு புலன்கள் உள்ளதும், பத்தொன்பது முகங்கள் உடையதுமான 'வைஷ்வானர்' என்பதாகும். 2. இரண்டாம் பாகம், உட்புற ஞானம் கொண்டதும், ஏழு உறுப்புகளும், பத்தொன்பது முகங்களை உடையதுமான 'தேஜஸ்' என்பதாகும். இது மிகவும் தனிமையாக இருக்கும். 3. மூன்றாம் பாகம், ஆழ்ந்த உறக்கத்தில் இருப்பதாகும். அது எந்தவிதமான கோரிக்கையும் கொண்டிருப்ப தில்லை. அது எந்தக் கனவையும் காண்பதில்லை. ஆழ்ந்த உறக்கத்தில் ஞானமயமான அதுவே, ஆனந்த மயமாகவும் இருக்கும். மகிழ்ச்சியே அதன் உணவாகும். அதுவே சர்வேஸ்வரனும், எல்லாம் அறிந்ததும், எல்லா இடங்களிலும் நிறைந்திருப்பதும், எல்லாவற்றின் மூலமும், உயிர்களின் உற்பத்தியும், அழிவுமாகும். 4. நான்காம் பாகம், உட்புற ஞானமோ, வெளிப்புற ஞானமோ இல்லாததும், ஞானமோ அஞ்ஞானமோ இல்லாததும், சிந்திக்க இயலாததும், பெயரில்லாததும், பார்க்க முடியாததும், நடைமுறையற்றதும், புரிய முடியாததும், ஒரு ஆன்மாவின் ஞானசாரம் கொண்டதும், பிரமைகளைத் தடுத்து நிறுத்துவதும், அமைதியும், சிவமும், அத்வைதமுமாகும். இப்படிப் பட்ட ஆன்மாவை நாம் அறிந்து கொள்ள வேண்டும். அந்த ஆன்மா எழுத்துக்களின் மத்தியிலுள்ள ஓங்காரமாகும்."

மற்ற உபநிஷத்துக்களின் மொழியிலிருந்து மாண்டூக்ய உபநிஷதத்தின் மொழி வேறுபட்டிருக்கிறது. இதிலிருந்து தத்துவ இயல் எவ்வளவோ வளர்ந்திருப்பது நமக்குத் தெரிய வருகிறது. மாண்டூக்ய உபநிஷதத்தின் காலத்தில் பிரம்ம வாதத்தையும் ஆன்மவாதத்தையும் எதிர்ப்பவர்கள் வலுப்பெற்றிருந்தனர். அவர்களுடைய கண்டனத்துக்கு அஞ்சி, மாண்டூக்ய உபநிஷதத்தின் பெயர் தெரியாத ஆசிரியர், 'பார்க்க முடியாதது' 'பெயரில்லாதது' என்றெல்லாம் சொல்லி மழுப்பப் பார்க்கிறார். அத்துடன் வேதங்களிலிருந்து விலகி நின்றால், அவை

பலவீனமாகிவிடலாமென்ற பயத்தால், ‘ஓங்கார’த்தையும் தனது தத்துவத்தில் நுழைக்க முயற்சி செய்கிறார். புராதன உபநிஷத்துக்களில் உபதேசம் செய்யும் ரிஷியின் பெயர் தவறாமல் வருகிறது. ஆனால் மாண்டூக்ய உபநிஷதத்தின் சமகாலத்திய உபநிஷத்துகளில் அவைகளை இயற்றியவர்களின் பெயர்கள் இல்லாதது, மதத்தை வளர்த்த நூலாசிரியர்களின் காலம் தொடங்கப் போவதைத் தெரிவிக்கிறது. துவக்கத்தில் பெயரில்லாமல் தமது நூல்களை இயற்றியவர்கள், பெயர் குறிப்பிடப்படாததால் அந்நூல்களைப் புகழ்பெற்ற ரிஷிகள் இயற்றினார்களென்று மக்கள் கருதிக் கொள்ளட்டும் என்று எண்ணினார்கள். ஆனால் பிற்காலத்தில் இதனால் சில தொல்லைகள் தோன்ற ஆரம்பித்ததுமே, ‘மனுஸ்மிருதி’, ‘பகவத் கீதை’, புராணங்கள் போன்ற நூல்கள் குறிப்பிட்ட மகரிஷிகளின் பெயராலோ, மகா புருஷர்களின் பெயராலோ, வெளிவரத் தொடங்கின.

அத்தியாயம் ஐந்து

நான்காம் காலகட்ட உபநிஷத்துகள் (கி.மு. 200-100)

புத்தரின் கருத்துக்களையும், அவர் காலத்திய மற்ற தத்துவ அறிஞர்களின் கருத்துக்களையும் 'கவ்ஷீதகி' 'மைத்ரீ' ஸ்வேதஸ்வதர்' போன்ற உபநிஷத்துக்களின் கருத்துக்களுடன் திறனாய்வு செய்து பார்த்தால், இவ்வுபநிஷத்துக்கள் புத்தருக்குப் பின்னர் தோன்றியவை என்பதை எளிதில் புரிந்து கொள்ளலாம். ஆனாலும், இவை பிற்காலத்தில் ஈசல்களைப் போல் தோன்றிய 112 அல்லது 150 உபநிஷத்துக்களைப் போன்றவை அல்ல.

1. கவ்ஷீதகி உபநிஷதம் (கி.மு. 200)

கவ்ஷீதகி உபநிஷதம் கவ்ஷீதகி பிராமணத்தின் ஒரு பகுதியாகும். இதில் நான்கு அத்தியாயங்கள் உள்ளன. முதல் அத்தியாயத்தில் சாந்தோக்ய, பிரகதாரண்யக உபநிஷத்துகளில் வர்ணிக்கப்பட்ட 'பித்ரு யானமும்', 'தேவ யானமும்' விரிவாக விளக்கப்பட்டுள்ளன. இரண்டாம் அத்தியாயத்தில் கவ்ஷீதகி, பைங்க்ய, பிரதர்த்தன் ஆகியோரின் கருத்துக் களும், சுவையற்ற சிருங்கார எண்ணங்களும் குறிப்பிடப்பட்டுள்ளன. அத்துடன் 'குழந்தைச் செல்வம்' போன்றவைகளைப் பெறுவதற்கான 'வழிமுறைகளும்' விவரிக்கப்பட்டுள்ளன. மூன்றாம் அத்தியாயத்தில் ரிக்வேத காலத்திய அரசனான திவோதாஸின் குலத்தைச் சேர்ந்த பிரதர்த்தன் உடலுடனேயே இந்திர லோகத்துக்குச் செல்வதும், அங்கே இந்திரனுடன் நடந்த விவாதமும் வர்ணிக்கப்பட்டுள்ளன. இதில் பெரும்பாலும் இந்திரனின் செயல்கள் விவரிக்கப்பட்டுள்ளன. இதிலேயே உயிரைக் குறித்து (பிரம்மத்தைக் குறித்து) இந்திரன் விளக்குகிறான். நான்காம் அத்தியாயத்தில் கார்க்யவலாகிகர், உஷீனர் நகரத்தில் காசி அரசரான அஜாத சத்துருவுக்குப் பிரம்ம ஞானம் கற்பிக்க எடுத்துக் கொண்ட முயற்சிகள், பின்னர் அஜாத சத்துருவின்

கேள்விகளால் திணறிப் போய், அவருக்கே சீடராகிவிட்ட விவரம் இருக்கிறது.

(ஈ) பிரம்மம்: பிரதர்த்தன் என்னும் அரசனுக்கு இந்திரன் வரமளித்தான். பிரதர்த்தன் வெளியிட்ட ஐயத்திற்கு இந்திரன், "என்னையே அறிந்துகொள்! மனிதர்களுக்கு நலம் பயப்பது இது ஒன்றுதான் என நான் கருதுகிறேன்" என்று தன்னைத்தானே புகழ்ந்து கொண்டு, உயிர் உருவத்திலுள்ள பிரம்மத்தைப் பற்றிக் கூறியதாவது:

"வயது (வாழ்க்கை) உயிராகும். உயிர் வயதாகும். உயிர்களின் முக்கியத்துவம் இருக்கவே இருக்கிறது. பேச வரவில்லையானால் உயிருள்ள மனிதனில் ஊமையைப் பார்க்கிறோம். அவர்களில் பார்வையில்லாதவர்களைக் குருடர்களாகவும், காதுகேளாதவர்களைச் செவிடர்களாகவும், அறிவில்லாதவர்களை முட்டாள்களாகவும் காண்கிறோம். உயிரே அறிவுமாகும்; அறிவே உயிருமாகும். இவ்விரண்டும் ஒரே மாதிரியாக உடலுக்குள் நிலை கொள்கின்றன. இரண்டும் ஒரே சமயத்தில் வெளியேறி விடுகின்றன. எரியும் நெருப்பில் எல்லாத் திசைகளிலும் ஜுவாலைகள் நிறைந்திருப்பதைப்போல, இந்த ஆன்மாவிலிருந்து உயிர்கள் தத்தம் இடங்களில் நிலை கொண்டிருக்கின்றன. உயிர்களால் தேவர்களும் தேவர்களால் உலகங்களும் நிலை பெற்றுள்ளன. தேர்ச்சக்கரத்தில் அதனுடைய பாகங்கள் இணைந்திருப்பதைப் போல, இந்த உயிர்ப்பாகங்களெல்லாம் அறிவுப் பாகங்களுடன் இணைந்திருக்கின்றன. அறிவுப் பாகங்கள் உயிர்ப் பாகங்களுடன் இணைந்திருக்கின்றன. ஆகவே இந்த உயிரே அறிவும், ஆனந்தமும், முதுமையற்றதும், அமுதமுமாகும். இது நற்செயலால் சிறப்பதுமில்லை; தீச்செயலாய் சிறுமை கொள்வதுமில்லை."

உயிரும் ஜீவனும் கவ்ஷீதகி உபநிஷதத்தின் முக்கிய தத்துவமாகும். உயிரைத் தொழுவதுதான் ஞானிகள் செய்யக்கூடிய பெரிய வேள்வியாகும்.

"மனிதன் பேசிக் கொண்டிருக்கும்வரை மூச்சு வாங்குவதுமில்லை, விடுவதுமில்லை. அப்பொழுது அவன் உயிரைப் பேச்சுக்குப் பலி கொடுத்து விடுகிறான். அவன் மூச்சு வாங்கி விட்டுக் கொண்டிருக்கும் வரை அவனால் பேச இயலாது. ஏனெனில் அவன் அப்பொழுது பேச்சை உயிருக்காகப் பலி தந்து விடுகிறான். இந்த உயிரும், சொல்லும் எல்லையற்ற, அமுதமயமான, அழிவற்ற சமர்ப்பணங்களாகும். இவ்விரண்டையும் மனிதன் விழித்திருக்கும் போதும், உறங்கிக் கொண்டிருக்கும் போதும் சமர்ப்பித்துக் கொண்டே இருக்கிறான்.

மற்ற சமர்ப்பணங்களெல்லாம் செயலை உடையவையும், முடிவுடைய வையுமாகும். அதனாலேயே பழங்கால ஞானிகள் வேள்விகளை (யாகங்களை) செய்வதில்லை."

(ங) ஜீவன்: கவ்ஷீதகி உபநிஷதம் ஜீவனை 'பிரக்ஞாத்மா' என்று குறிப்பிட்டது. அது பிரக்ஞாத்மாவை உடல் பூராவும் நிறைந்திருப்ப தாகக் கருதுகிறது:

"வாள் உறையில் இருப்பதைப்போல, பறவைகள் கூடுகளில் இருப்பதைப்போல, பிரக்ஞாத்மா இந்த உடலில் ரோமங்கள் வரையிலும், நகங்கள் வரையிலும் நிறைந்துள்ளது."

2. மைத்ரீ உபநிஷதம்

கி.மு. 200-100இல் தோன்றிய மைத்ரீ உபநிஷதத்தின் மேல் புத்தர் காலத்திய ஆளுங்கூட்டத்தின் நிராசை, துறவு ஆகிய முத்திரைகள் தெளிவாகப் பதிந்துள்ளதை, பிரகத்ரதர் அரசரின் சொல்லால் உணரலாம். பிரகத்ரதர் மற்றோர் அரசரான சாக்யாயனரிடம் செல்வதும்கூட ஒரு சிறப்பு அம்சமாகும். ஏனெனில் சாக்யாயன முனிவரான கவுதம புத்தரை 'சாக்யாயன புத்தர்' என்றுகூடக் குறிப்பிடுவதுண்டு. மைத்ரீ உபநிஷதத்தின் முதல் நான்கு அத்தியாயங்கள் மட்டுமே தத்துவ முக்கியத்துவமுள்ளவையாகும். கடைசி மூன்று அத்தியாயங்களில் வேதங்களின் ஆறு அங்கங்களான கல்வி, கேள்வி முறை, இலக்கணம், வேதச் சொற்களின் விளக்கவுரை, யாப்பிலக்கணம், ஜோதிடம் ஆகியவை குறித்தும், பவுதீக தத்துவாசிரியரான பிரகஸ்பதி, ஜோதிடத்துடன் தொடர்பு கொண்ட சனி, ராகு, கேதுவைக் குறித்து விவரிக்கப்பட்டுள்ளது. முதல் அத்தியாயத்தில் மகத ராஜ்ஜியத்தைச் சேர்ந்த ராஜா பிரகத்ரதர் துறவறம் மேற்கொண்டு, சாக்யாயனரிடம் சென்று கடைத்தேற வழி சொல்லும்படி வேண்டுகிறார். சாக்யாயனர் தனது குருநாதரான மைத்ரீயரிடமிருந்து கற்றுக் கொண்டதையெல்லாம், அடுத்த மூன்று அத்தியாயங்களில் விவரிக்கிறார். மைத்ரீயரின் தத்துவ இயலில் இரண்டு விதமான ஆன்மாக்கள் உள்ளன. ஒன்று, புனித ஆத்மா: அது உடலில் தோன்றி, தனது மகிமையினால் பிரகாசிக்கிறது. மற்றொன்று; பூத ஆத்மா; இதன்மேல் நற்செயல்களின் முத்திரையும், தீச்செயல்களின் முத்திரையும் பதிகின்றன. இந்தப் பூத ஆன்மாவே மீண்டும் மீண்டும் பிறப்பதும் இறப்பதுமாகும். குயவன் சக்கரத்தை இயக்குவதைப்போல், புனித ஆன்மா உடலை இயக்குகிறது.

(க) துறவறம்: மைத்ரீ உபநிஷதம் துறவறத்தைப்பற்றி இவ்வாறு கூறுகிறது:

“அரசரான பிரகத்ரதர் தனது மகனிடம் அரசை ஒப்படைத்து விட்டுத் தனது உடலை நிலையற்றதென்று கருதி, துறவியாகி, காட்டுக்குள் சென்றுவிட்டார். அங்கே கடும் தவத்தில் ஈடுபட்டு, இமைகொட்டாமல் சூரியனைப் பார்த்தவாறே, கரங்களை மேலே உயர்த்தி நின்றுவிட்டார். இப்படி ஆயிரம் நாள்கள் கழிந்த பின்னர், ஆத்ம ஞானியான பகவான் சாக்யாயனர் அங்கே வந்து, அரசரை ஏதாவது வரம் கேட்கச் சொன்னார். ‘பகவானே! எலும்புகள், தோல், நரம்புகள், மாமிசம், வீரியம், ரத்தம், கபம், கண்ணீர் ஆகியவற்றால் கலக்கமடைந்த இந்த உடலால், மல, மூத்திரங்கள், வாதம், பித்தம் நிறைந்த, சாரமற்றதும், நாற்றமெடுத்ததுமான இந்த உடலால் என்ன சுகபோகங்களை அனுபவிப்பது? காமம், சினம், பேராசை, அச்சம், துன்பம், பொறாமை, அன்பானவர்களை இழப்பது, விருப்பமில்லாதவர் களுடன் கலந்து வாழ்வது, பசி, தாகம், முதுமை, மரணம், நோய், வேதனை ஆகியவைகளினால் அல்லலுறும் இந்த உடலால் என்ன சுகத்தைக் காண்பது? இவையெல்லாம் அழிந்து கொண்டிருப்பதை நான் பார்க்கிறேன். இவை அனைத்தும் கொசுக்கள், ஈக்கள், புல், பூண்டுகளைப் போலவே தோன்றியும் அழிந்தும் வருபவை. அப்படி யிருக்கும் போது இவற்றால் என்ன பயன்? இங்கே மாக்கடல்கள் உலர்ந்து விடுகின்றன. மலைகள் சாய்ந்து விடுகின்றன. துருவங்கள் நடைபோடுகின்றன. பூமி மூழ்கிவிடுகிறது. தேவர்கள் மறைந்து விடுகின்றனர். இப்படிப்பட்ட இவ்வுலகத்தில் சுகபோகங்களால் என்ன லாபம்? நான் பாழ் கிணற்றில் விழுந்து கிடக்கும் தவளைகளைப் போல் இந்த உலகத்தில் விழுந்துகிடக்கிறேன். பகவானே! தாங்கள்தான் என்னைக் காப்பாற்றி அருள வேண்டும்!” என்று வேண்டிக் கொண்டார் பிரகத்ரத அரசர்.

இதைப் புத்தரின் துன்ப வர்ணனையுடன் இணைத்துப் பார்த்தால், அதைப் பார்த்தே இது எழுதப்பட்டதென்பது தெரிகிறது.

(ஙு) ஆன்மா: பால்கில்யர்கள் பிரஜாபதியை (பிரம்மாவை) ஆன்மாவைக் குறித்துக் கேட்டதாவது:

“பகவானே! வண்டியைப் போல் இந்த உடல் உயிரற்றது. இந்த உடலைச் செயல்படுத்தக்கூடியதை எங்களுக்குத் தெரிவியுங்கள்!”

“புனிதமான, அமைதியான, நிரந்தரமான, பிறப்பற்ற, சுதந்திரமான மகிமை பொருந்திய ஒன்றினால், இந்த உடல் உயிருள்ளதாய் இருக்கிறது.” என்று பதிலளித்தார் பிரஜாபதி.

அந்த ஆன்மாவின் உருவம் இப்படியிருக்கும்:

"உடலின் ஒரு பகுதியில் கட்டைவிரலுக்குச் சமமான மிக நுணுக்கமாகவுள்ள இந்த ஆன்மாவைத் தியானம் செய்து, ஜீவன் முக்தி அடைகிறான்."

3. வேதாஸ்வர உபநிஷதம் (கி.மு. 200-100)

ஸ்வேதாஸ்வர உபநிஷதம் பதின்மூன்று உபநிஷத்துக்களில் இறுதியானதாகும். அதன் மொழியையும் கருத்துக்களையும் கவனித்தால், அது தோன்றிய காலத்தில் நாட்டில் சைவ சம்பிரதாயம் நிலவியிருந்ததைத் தெரிந்து கொள்ளலாம். ருத்திரனின் (சிவனின்) மகிமை, சாங்கிய தத்துவ இயலில் இயற்கை, ஜீவன், கடவுள் ஆகிய முப்பெரும் சித்தாந்தம், யோகம் முதலியவை ஸ்வேதாஸ்வர உபநிஷதத்தின் முக்கிய விஷயங்களாகும். இதில் சிறிய சிறிய ஆறு அத்தியாயங்கள் உள்ளன. எல்லாமுமே செய்யுள் வடிவத்தில் இருக்கின்றன. முதல் அத்தியாயத்தில் அத்வைத பிரம்மத்துக்குப் பதிலாக முப்பெரும் சித்தாந்தமான- இயற்கை, ஜீவன், கடவுள்- வலியுறுத்தப்பட்டுள்ளன. இரண்டாம் அத்தியாயத்தில் யோகம் வர்ணிக்கப்பட்டுள்ளது. மூன்றாம் அத்தியாயத்தில் ஜீவாத்மா- பரமாத்மா குறித்தும், சைவ சம்பிரதாயம், துவைதம் குறித்தும் விவரங்கள் உள்ளன. இதிலுள்ள பல சுலோகங்களைப் பின்னால் 'பகவத் கீதை' அப்படியே எடுத்துக் கொண்டிருக்கிறது. நான்காம் அத்தியாயத்தில் முப்பெரும் சித்தாந்தமும், ஞானமும் முக்கிய இடம்பெற்றுள்ளன. ஐந்தாம் அத்தியாயத்தில் கபில ரிஷி பற்றியும் ஜீவாத்மாவின் உருவ வர்ணனையும் உள்ளன. ஆறாம் அத்தியாயத்தில் முப்பெரும் சித்தாந்தம், சிருஷ்டி, பிரம்மஞானம் ஆகியவை குறிப்பிடப்பட்டுள்ளன.

இவ்வுபநிஷத்தில் ஓரிடத்தில் இவ்வாறு கூறப்பட்டுள்ளது: "பழங்காலத்தில் தோன்றிய ரிஷி கபிலரை எல்லா ஞானங்களுடனும் எவர் ஏற்றுக் கொள்கிறார்களோ..." புத்தருக்குப் பின்னால் பிறந்த சாங்கிய தத்துவ இயலின் நிறுவகரான கபிலருக்குப் பிறகே ஸ்வேதாஸ்வர உபநிஷதம் தோன்றியதென்று தெரிகிறது. கி.மு. 700-600 ஆண்டுகளைச் சேர்ந்த பழைய உபநிஷத்துக்களைக் காட்டிலும், இது மிகவும் பிற்காலத்தில் தோன்றியதாகும். கீழ்க்காணும் மேற்கோளால் இது மேலும் தெளிவாகும்.

"பழைய யுகத்தில் வேதாந்தத்தில் இந்தப் பரம ஞானம் சொல்லப் பட்டுள்ளது. அந்த ஞானத்தை அமைதியற்ற மனிதனுக்கு உபதேசிக்கக் கூடாது. தனது மகனுக்கோ அன்புச் சீடனுக்கோ தவிர வேறெவர்க்கும் அதைக் கற்பிக்கலாகாது."

இது கி.மு. 700இல் தோன்றிய சாந்தோக்ய உபநிஷதத்தில் சொல்லப்பட்டது. அந்தக் காலத்தை மேற்கண்ட மேற்கோள் 'பழைய யுகம்'' என்று குறிப்பிடுகிறது.

(க) ஜீவன்- கடவுள்- இயற்கைச் சித்தாந்தம்: முண்டக உபநிஷதம் புத்தர் காலத்திய துறவிகளின் உபநிஷதமென்றும், அதிலே முப்பெரும் சித்தாந்தம் தெளிவாக விளக்கப்பட்டிருக்கிறது என்றும் ஏற்கெனவே கூறியுள்ளோம். இவ்விஷயத்தை விளக்கும் பல வாக்கியங்களை இங்கே நாம் தருகிறோம். இவையனைத்தும் ஸ்வேதாஸ்வர உபநிஷதத்தி லிருப்பவை. இவ்வுபநிஷத்தின் பெயர் தெரியாத ஆசிரியரின் பிரதான நோக்கம் முப்பெரும் சித்தாந்தத்தை வலியுறுத்துவதுதான் என்பது இவற்றிலிருந்து புரிகிறது.

“அந்தப் பிரம்ம சக்கரத்தில் அன்னப் பறவை (ஜீவன்) சுற்றித் திரிகிறது. அது பிரம்ம ஞானம் பெற்று அந்தப் பிரம்மத்திலேயே இணைந்து, அமுத மயமான முக்தியை அடைகிறது.

“ஞானியான பிரம்மமும், அஞ்ஞானியான ஜீவனும் இரண்டுமே பிறப்பில்லாதவைகளாகும். அவற்றில் ஒன்று கடவுளும், மற்றொன்று கடவுளல்லாத அடிமையுமாகும். ஒன்று பிறப்பில்லாத இயற்கையாகும். அது ஜீவன் அனுபவிக்கும் பல்வேறு பொருட்கள் நிறைந்தது. ஆன்மா அல்லது பிரம்மம் எல்லையற்றதும், பல்வேறு உருவங்களுடையதும், செயலற்றதுமாகும். மூன்றையும் சேர்த்துப் பிரம்மம் இருக்கிறது. இயற்கை அழிவுடையது. கடவுள் அமுதமயமானவர், அழிவில்லாதவர். இயற்கை மேலும், ஜீவாத்மா மேலும் ஒரு கடவுள் ஆட்சி செலுத்து கிறார். ஜீவாத்மாவுக்குள் எப்பொழுதும் இருந்து கொண்டிருக்கும் பிரம்மம் அறியத் தகுந்தது. இதைத் தவிர வேறெதுவுமே அறியத் தகுந்ததில்லை. ஜீவனையும், இயற்கையையும், பிரம்மத்தையும் அறிவதென்பது முப்பெரும் பிரம்மம் என்று கூறப்பட்டது.

“சிவப்பு, வெள்ளை, கரு நிறங்களில் ஒரே உருவமுள்ள மக்களைப் படைத்துக் கொண்டிருக்கும் இயற்கையில், ஜீவன் சுக போகங்களை அனுபவித்துக் கொண்டு தன்னை மறந்திருக்கிறது. ஆனால் அனுபவித்த சுகபோகங்களைக் கொண்ட இந்த இயற்கையைப் பிரம்மம் விட்டு விடுகிறது. இரண்டு தோழமைப் பறவைகளான ஜீவனும், கடவுளும் ஒரே மரத்தை அணைத்துக் கொண்டிருக்கின்றன. அவற்றில் ஒன்று பழத்தைத் தின்கிறது; மற்றொன்று பழத்தைச் சாப்பிடாமல் நாலாத் திசைகளிலும் ஒளி விடுகிறது. மாயக்காரனான கடவுள் இவ்வுலகத்தைச் சிருஷ்டிக்கிறான். அதில் மற்றொன்று மாயையில் கட்டுண்டு கிடக்கிறது. இயற்கை மாயை என்பதும் மகேசுவரன் மாயக்காரன் என்பதும் தெரிந்து கொள்!

“பல ஜீவன்களுக்கு மத்தியில் ஒரு ஜீவன், பல உயிர்களுக்கு மத்தியில் ஓர் உயிர் பலரின் கோரிக்கைகளை நிறைவேற்றுகின்றன. ஜீவன்களின் யஜமானனான தலைவன், நற்குணங்களின் இருப்பிட மானவன். உலக நிலைமைக்கும் தளைகளுக்கும், முக்திக்கும் காரணமாவான்.”

ஸ்வேதாஸ்வர உபநிஷதத்தையும், ‘பகவத் கீதை’யையும் இணைத்து ஆராய்ந்தால், கீதாசிரியரின் கையில் ஸ்வேதாஸ்வர உபநிஷதம் இருந்ததென்பது தெரிகிறது. கீதாசிரியன் இவ்வுபநிஷதத்திலிருந்து பயனடைந்தது மட்டுமல்லாமல், இதன் நடையையும் எடுத்துக் கொண்டு, கீதையை இயற்றியவனின் பெயரில்லாமல் செய்யாமல், வாசுதேவனான கண்ணனின் பெயரை அத்துடன் இணைத்து, மகாகெட்டிக்காரத்தனம் காட்டியிருப்பது தெரிகிறது. சைவர்களுக்கு எதிரான வகையில் வைணவர்களுக்கும் ஒரு மகத்தான நூலை - கீதோப நிஷத்தை- தயார் செய்ய வேண்டுமென்பதே கீதாசிரியனின் முக்கிய நோக்கமாகத் தெரிகிறது. கி.மு. முதல் நூற்றாண்டில் தோன்றிய ஸ்வேதாஸ்வர உபநிஷதத்துக்குப் பின்னால் நான்கைந்து நூற்றாண்டு களுக்குப் பிறகு தோன்றிய ‘பகவத் கீதை’, மிகக் காலந்தாழ்ந்து வந்தாலும், மக்களின் அமோக ஆதரவைப் பெறுவதில், கீதாசிரியனின் எண்ணம் வெற்றியே பெற்றது. வட இந்தியாவில் ‘கீதை’ வைணவர் களுக்கு முக்கியத்துவம் வரும்படி செய்வதில் மாபெரும் வெற்றி பெற்றது.

(ங) சைவ சித்தாந்தம்: ஸ்வேதாஸ்வர உபநிஷதத்தின் முப்பெரும் சித்தாந்தத்தில் கடவுள் அல்லது பிரம்மத்துக்குப் பதிலாக இந்துக்களின் முப்பெரும் தேவர்களில் ஒருவரான ருத்திரர் அல்லது மகேசுவரருக்கு முக்கியத்துவம் வழங்கப்பட்டுள்ளது.

“ஒரேயொரு ருத்திரர் இருக்கிறார். அவர் இவ்வுலகங்களைத் தனது அதிகாரத்தால் ஆட்சி செய்து கொண்டிருக்கிறார்.”

“மாயை இயற்கையாகும்; மாயக்காரன் மகேஸ்வரனாகும் எல்லா உயிர்களிலும் மறைந்துள்ள சிவனை அறிந்து கொண்டு ஜீவன் எல்லா மாய வலைகளிலிருந்தும் விடுதலை பெறுகிறது.”

(ச) பிரம்மம்: சைவ உபநிஷதமான ஸ்வேதாஸ்வர உபநிஷதம் பிரம்மம் என்றால் தனது இஷ்ட தேவதையான ‘சிவன்’ என்று பொருள் சொல்லுகிறது. பிரம்மத்தின் உருவத்தை வர்ணிக்க, இதுவும் பழைய உபநிஷத்துக்களின் உதவியை எடுத்துக் கொள்கிறது. எனினும் பல இடங்களில் அது தெளிவாகவே கூறுகிறது.

"பிரம்மத்துக்கு முன்னாலோ பின்னாலோ ஒன்றுமே இல்லை. அதைக்காட்டிலும் சூட்சுமமானதோ, மகத்தானதோ ஏதுவுமில்லை. சொர்க்க லோகத்தில் அது ஒன்றே தனியாக அசைவற்று நின்றிருக்கிறது. இவ்வுலகமெல்லாம் அந்தப் புருஷன் நிறைந்திருக்கிறான்.

"இந்த உலகம் அனைத்தும் நிரந்தரமாக எவனால் சூழப்பட்டுள்ளதோ, காலத்திற்குக் காலமாய், நற்குணங்கள் பொருந்தியவனாய், எல்லாம் அறிந்தவனாய் யார் இருக்கிறானோ, அவனால் இயக்கப்பட்ட செயலாலேயே இங்கே நிலம், நீர், நெருப்பு முதலியவை உண்டாகின்றன. அவன் கடவுள்களுக்கெல்லாம் பரமேசுவரன், தேவர்களுக்கெல்லாம் பரமதேவன். பசுக்களின் சொந்தக்காரர்களான பசுபதிகளுக்கெல்லாம் பரமபதியாவான். தொழுகைக்குரிய உலகநாதனான அத்தேவனை நாம் அறிந்து கொள்வோமாக! அவனுக்குக் காரண காரியங்கள் எவையுமில்லை. அவனுக்குச் சமமானவர்களோ, சிறந்தவர்களோ எவருமில்லை. அவன் பிரம்மாவை முதலில் படைத்து, அவர் கரங்களில் வேதங்களைத் தருபவனாகும்."

(ஞ) ஜீவாத்மா: முப்பெரும் சித்தாந்தத்தில் ஏற்கனவே ஜீவாத்மாவை விவரித்திருக்கிறோம். ஆனால், ஸ்வேதாஸ்வர உபநிஷதம் ஜீவாத்மாவைக் கடவுளிடமிருந்து வேறுபடுத்திக் காட்டுவதில் தீவிரமாக முனைந்திருக்கிறது. இருப்பினும் பழைய உபநிஷத்துக்கள் எடுத்துக் கூறிய பிரம்ம- அத்வைதத்தை மறுக்கும் துணிவு அதற்கு இல்லை. அதனாலேயே "த்ரயம்... பிரஹ்மமேதத்" என்பதிலும் (மூன்று... இது பிரம்மமாகும்) "திரிவிதம் பிரஹ்மமேதத்" என்பதிலும் ஜீவன், கடவுள், இயற்கை மூன்றையும் ஒன்றென்று கூறி, ஒன்றுபடுத்த விரும்பியது. ஜீவனில் பால் வேற்றுமை இல்லை;

"அது பெண்ணுமல்ல, ஆணுமல்ல, இரண்டும் அல்லாததுமல்ல. எந்த எந்த உடலை அது ஏற்றுக் கொள்கிறதோ, அதன் அதனுடன் இணைந்து விடுகிறது."

ஜீவன் மிகவும் நுணுக்கமானது. அதன் அளவு-

"கேசத்தின் நுனியை நூறு பாகங்களாகச் செய்து, அதில் ஒரு பாகத்தை மீண்டும் நூறு பகுதிகளாகப் பிரித்தால் அந்த ஒரு பாகத்தின் அளவு ஜீவனாகும்."

(ட) சிருஷ்டி: ஸ்வேதாஸ்வர உபநிஷதம் சிருஷ்டியை மாய வலையென்று குறிப்பிட்டாலும், பிரம்மம் காரண கர்த்தா அல்ல என்றும் ஐயம் தோன்றாமல் செய்வதற்காக, "ஒரு தேவன் முக்கியமான இயற்கையில் தோன்றிய நூலிழைகளினால் சகஜமாகவே உலகத்தைச் சுற்றியிருக்கிறான்" என்று கூறுகிறது.

(ண) முக்தி: ஸ்வேதாஸ்வர உபநிஷதம் முக்தியைப் பெற ஞானத்தை வலியுறுத்துகிறது. இருந்தாலும், "முக்தியைக் கோரும் நான் அந்த தேவனைச் சரணடைகிறேன்" என்னும் வாக்கியத்தில் அது 'பகவத் கீதை'க்காகச் சரணாகதி தர்மம் ('பிரபத்தி') என்னும் கருத்தையும் தொடங்கி வைக்கிறது. வைணவர்களின் பஞ்சராத்ர ஆகம மந்திரங்களைப்போல, அக்காலத்திய சைவ ஆகம மந்திரங்களில் கூட சரணாகதித் தத்துவம் இருந்திருக்கலாம். ரகசியமயமான கடவுள் தத்துவமும், சரணாகதி தர்மத்தின் பக்கம்தான் அழைத்துச் செல்கிறது. இருப்பினும் 'பகவத் கீதை' சொல்லிய "எல்லாத் தர்மங்களையும் விட்டு, சிந்திக்காமல் நேரே வந்து என்னைச் சரணடைந்து விடு! நான் உன்னை எல்லாப் பாவங்களிலிருந்தும் பாதுகாக்கிறேன்' என்பதெல்லாம் எவ்வளவோ தொலைவிலிருந்தது. அதனாலேயே ஸ்வேதாஸ்வர உபநிஷதம் கீழ்க்கண்டவாறு கூறியது.

"ஜீவன் தேவனை அறிந்துகொண்டு எல்லா மாயவலைகளி லிருந்தும் தன்னை விடுவித்துக் கொள்கிறது.

"மனிதர்கள் தோலைப் போலவே வானத்தைச் சுருட்ட முடியும் போதுதான், தேவனை அறிந்து கொள்ளாமலேயே துன்பம் முடிவடைந்துவிடும்."

(A) யோகம்: வேதங்களில் யோகத்தின் பெயர் குறிப்பிடப்பட வில்லை. இன்று 'யோகம்' என்னும் சொல்லுக்கு என்ன பொருள் கொள்ளப்படுகிறதோ, அந்தப் பொருள் பழைய உபநிஷத்துக்களில் இல்லை. ஸ்வேதாஸ்வர உபநிஷதத்தில் நாம் யோகம் வர்ணிக்கப் பட்டிருப்பதைக் காண்கிறோம். அதற்கு முன்னால் புத்தரின் உபதேசங் களில் யோகத்தின் வர்ணனை காணக்கிடக்கிறது. பின்னால் தோன்றிய பகவத் கீதையில் சாங்கிய யோகம்* இணைத்துக் கொள்ளப்பட்டது. ஸ்வேதாஸ்வர உபநிஷத்துதான் இதற்கு அடிகோலியது. அது இயற்கை, புருஷன் (கடவுள்) என்பவற்றை மட்டுமல்லாமல், கபில ரிஷியைக் கூடக் குறிப்பிட்டிருக்கிறது. ஆனால் அது கடவுளை ஒப்புக்கொள்ளாத சாங்கிய தத்துவத்தை, கடவுளை ஒப்புக் கொள்ளும் தத்துவமாகச் சித்திரித்துள்ளது. பிற்காலத்தில் 'பகவத் கீதையும்' இவ்விஷயத்தை நன்கு பயன்படுத்திக்கொண்டது. அது கடவுளை ஒப்புக் கொள்ளும் சாங்கியத்தையும் யோகத்தையும்** ஒன்றென்று பிரகடனப்படுத்தியது.

---

* சாங்கியயோகம் : இது மகரிஷி கபிலரின் புகழ்பெற்ற தத்துவமாகும். இதில் உயிரற்ற இயற்கையும், உயிருள்ள புருஷனுமே (கடவுளுமே) உலகத்தின் அடிப்படையாகக் கொள்ளப்பட்டன - மொ-ர்.

** யோகம்: இது பதஞ்சலி ரிஷியின் புகழ்பெற்ற தத்துவமாகும். இதில் மனத்தை ஒரு நிலைப்படுத்தி, கடவுளில் ஒன்றிவிடும் முறை சொல்லப்பட்டிருக்கிறது - மொ-ர்.

"அறிவற்றவர்கள்தான் சாங்கியத்தையும் யோகத்தையும் வெவ்வேறானவை என்று கூறுவார்கள்."

ஸ்வேதாஸ்வர உபநிஷதத்தின் யோக முறையை 'பகவத்கீதை' கீழ்க்காணுமாறு எடுத்துக் கொண்டிருக்கிறது:

"மூன்று இடங்களில் உடலைச் சமமாக உயர்நிலைப்படுத்திக் கொண்டு, பிரம்மம் என்னும் படகின் உதவியைக் கொண்டு, இதயத் துக்குள் மனத்தால் புலன்களைத் தடுத்து நிறுத்தி, ஞானிகளானவர்கள் எல்லாப் பயங்கரச் சுழல்களையும் கடக்க வேண்டும். அம்முயற்சியில் ஈடுபட்டு உயிர்களைத் தடுத்து, அவை பலவீனமான பிறகு, மூக்கினால் சுவாசிக்க வேண்டும். கட்டுக்கடங்காத குதிரைகள் பூட்டிய தேரைப் போல் ஞானிகள் சற்றும் அசந்திராமல், மனத்தைக் கட்டுப்பாட்டுக்குள் வைத்திருக்க வேண்டும். ஏற்றத்தாழ்வுகளற்ற பிரதேசம், புனிதச் சூழ்நிலை, கற்களோ, நெருப்போ, மணலோ இல்லாத இடம், சொல் துணையையும், நீர்த் துணையையும் மனத்திற்குகந்தவையாகத் தேர்ந்தெடுத்துக் கொண்டு ஆனால் கண்களைக் கவராதவையாக அவைகளைப் பார்த்துக் கொண்டு தனிமையான குகையில் யோகத் தைப் பயில வேண்டும். யோகத்தில் பிரம்மத்தை வெளிப்படுத்தும் இவ்வுருவங்கள் முதலில் வருகின்றன: பனித்திரை, புகை, சூரியன், நெருப்பு, காற்று, மின்மினிப்பூச்சி, மின்சாரம், வைடூரியம், சந்திரன், யோக குணங்கள் இயக்கத் தொடங்கி விட்டால், யோகமென்னும் நெருப்புமயமான அந்த யோகிக்கு நோயோ, முதுமையோ, மரணமோ ஏற்படுவதில்லை. உடலில் பளுவின்மையும், உடல் நலமும், பற்றற்ற தன்மையும், நிறத்தில் மெருகும், குரலில் இனிமையும், நல்ல மணமும், மல மூத்திரங்கள் குறைந்தும் யோகத்தின் துவக்க நிலையில் காணப் படுகின்றன. யோகி விளக்கைப் போல் யோகத்துடன் கலந்து, ஆன்மீகச் சக்தியால் பிரம்ம தத்துவத்தைத் தரிசிக்கும்போது, எல்லாத் தத்துவங் களைவிடப் புனிதமான, பிறப்பில்லாத, சாஸ்வதமான தேவனை அறிந்து கொண்டு, எல்லா மாயவலைகளிலிருந்தும் விடுதலை பெற்று விடுகிறான்."

(B) குருநாதர் தத்துவம்: மோட்சத்தைப் பெற ஞானமும் யோகமும் போலவே, குருநாதரும் மிக இன்றியமையாதவராவார். ஆனால், இந்தக் குருநாதர் வேதங்களும் உபநிஷத்துக்களும் எடுத்துக் கூறிய கல்வி கற்பிக்கும் குருநாதரல்ல; இவர் கடவுளுக்கு அடுத்தபடியில் உள்ளவர். ஸ்வேதாஸ்வர உபநிஷதம் குறிப்பிடுகிறது:

"தேவனில் பரமபக்தி இருக்க வேண்டும். அதேபோல் குருவினிடத் திலும் பக்தி செலுத்த வேண்டும். அவருடைய போதனையால்தான் பிரம்ம தத்துவம் அறியப்படுகிறது."

அத்தியாயம் ஆறு

உபநிஷத்துகளின் முக்கிய தத்துவாசிரியர்கள்

நாம் இதுவரை குறிப்பிட்டுவந்த உபநிஷத்துக்களில் சாந்தோக்ய, பிரகதாரண்யக, கவுஷீதகி, மைத்ரீ உபநிஷத்துக்களில் மட்டுமே, வரலாற்றில் இடம்பெற்ற பெயர்கள் காணக்கிடக்கின்றன. இவைகளில் பல ரிஷிகளின் பெயர்கள் வந்தாலும், உபநிஷத் தத்துவ இயலுக்குத் தமது சொந்தச் சிந்தனையை அளித்தவர்களென்று பிரவாஹண் ஜைவலி, உத்தாலக ஆருணி, யாக்ஞவல்கியர், சத்யகாம ஜாபாலர் ஆகியவர்களை மட்டுமே குறிப்பிடலாம். ரிக்வேத காலத்திலும் கூட குரு- பாஞ்சாலம் (தற்போதைய மீரத்- ஆக்ரா- ருஹேல்கண்ட் பகுதிகள்) தான் வேத காலத்திய ஆரியர்களின் இருப்பிடமாக இருந்து வந்தது. இங்கே பரத்வாஜரின் போஷகரான ராஜா திவோதாஸின் வளமான ஆட்சி நடந்து வந்தது. இப்பகுதியில்தான், திவோதாஸின் மகனான சுதாஸ் முதலில் வசிஷ்டரைக் கொண்டும், பிறகு விசுவாமித்திரரைக் கொண்டும் பல வேள்விகளைச் செய்வித்தார். அத்துடன் அவர் மேற்குப் பிராந்தியத்திலிருந்த பத்து ராஜ்ஜியங்களை வெற்றி கொண்டு சட்லஜ்- பியாஜ் நதிகள் வரையிலும் தனது அரசைப் பரவச் செய்தார். உபநிஷத்துக்கள் காலத்தில் வேதபூமியான இப்பகுதியிலேயே புதிய புதிய சிந்தனையாளர்கள் தோன்றினர். உத்தாலக ஆருணி குரு- பாஞ்சாலத்தின் பிராமணர் என்பது சதபத பிராமண நூலால் தெரிய வருகிறது. ராஜா ஜனகர் கூட்டிய புலவர்கள் மாநாட்டில் சாஸ்திர சர்ச்சை புரிந்து யாக்ஞவல்கியர், குரு-பாஞ்சாலப் புலவர்களையே வெற்றி கொண்டார். யாக்ஞவல்கியருக்கு இரண்டு நூற்றாண்டு களுக்குப் பிறகும்கூட, இப்பகுதியிலேயே புத்தர் காலத்திலும், தத்துவாசிரியர்கள் “மஹா சக்தி பட்டானுசத்த”, “மஹா நிதான் சுத்த” போன்ற தத்துவ உபதேசங்களைச் செய்திருக்கின்றனர். இதைக் குறித்து “அட்ட கதா” என்னும் நூலின் ஆசிரியர் சொல்கிறார்: “நாட்டிலேயே மிகச் சிறந்த பருவச் சூழ்நிலை கொண்டவர்களாதலால், குரு ராஜ்ஜியத்தைச் சேர்ந்தவர்கள் உடல் ஆரோக்கியத்துடனும், மன

நலத்துடனும் இருக்கிறார்கள். உடலாலும், மனத்தாலும் அவர்கள் ஆரோக்கியமாக இருப்பதால், அறிவாளிகளாகவும் இருந்து, கம்பீரமான விஷயங்களையும் சுலபமாகப் புரிந்து கொள்ளக்கூடிய திறன் படைத்தவர்களாக இருக்கிறார்கள். பகவான் புத்தர் குரு ராஜ்ஜிய மக்கள் குழுமியிருந்த மாபெரும் சபையில், கம்பீரமாகத் தமது உபதேசத்தை அருளினார். இங்கேயுள்ள அடிமைகளும், தொழிலாளர் களும், வேலைக்காரர்களும்கூடத் தம்மிடையே தியான யோகத்தைக் குறித்தே பேசிக் கொள்கிறார்கள். கிணற்றடிகளிலும் நூல் நூற்கும் இடங்களிலும்கூடப் பெண்கள் வீண் பேச்சு பேசுவதில்லை. ஒரு பெண் மற்றொரு பெண்ணை, 'நீ எந்த விதமான யோகத்தைத் தியானம் செய்கிறாய்?' என்று கேட்டால் அவள் 'நான் எதையுமே தியானிப்ப தில்லை' என்று பதிலளிப்பாளானால், மற்ற உள்ள எல்லாப் பெண்களுமே, 'உன் வாழ்க்கை பாழாய்ப் போக! நீ ஒரு பிணமேதான்!' என்று ஏசுவார்கள்.

பவுத்த மத நூலான 'திரிபிடக்'கிலுள்ள இக்கதைகள், கி.மு. மூன்றாம் நூற்றாண்டில் இந்தியாவிலிருந்து இலங்கைக்குச் சென்றன; ஆறாம் நூற்றாண்டில் எழுத்து வடிவம் கொண்டன.

உபநிஷத்துக்களின் தத்துவ வளர்ச்சியை எடுத்துக் காட்ட இங்கே நாம் சில முக்கிய தத்துவாசிரியர்களின் கருத்துக்களைத் தருகிறோம்:

1. பிரவாஹன் ஜைவலி (கி.மு. 700-650)

ஆருணியின் காலம், அவரது சீடரான கி.மு. 650இல் வாழ்ந்திருந்த யாக்ஞவல்கியருக்கு சற்று முன்னதாக இருந்திருக்கும். அதனால் ஆருணியின் குருவான பிரவாஹன் ஜைவலியை இன்னும் கொஞ்சம் முற்காலத்தில் வாழ்ந்தவராகக் கொள்ளலாம். அவர் பஞ்சால ராஜ்ஜியத்தின் அரசராவார். அத்துடன் சாம வேதத்தைக் கானம் செய்யும் அக்காலத்திய முப்பெரும் புகழ் பெற்ற பாடகர்களான ஷிலக் ஷாபோவத்ய, சைகிதாயன் தால்ப்ய, பிராவஹன் ஜைவலி ஆகியோரில் ஒருவராகவும் இருந்தார். அவர் பிராமணர் அல்லர்; க்ஷத்திரியர். அவர் தமது இரு நண்பர்களை, "நீங்களிருவரும் முதலில் பேசுங்கள். பிராமணர்களாகிய உங்களுடைய பேச்சுக்களை நான் கேட்கிறேன்!" என்று வற்புறுத்தியதிலிருந்து, இது தெரிகிறது. ஜைவலியின் கேள்வி களுக்குப் பதிலளிக்க முடியாமல் ஸ்வேதகேது, தனது தந்தையான ஆருணியிடம் வந்து கோபத்துடன் ஜைவலியைத் திட்டியதிலிருந்தும் அவர் க்ஷத்திரியர் என்பது நிரூபணமாகிறது.

தத்துவக் கருத்துக்கள்: ஜைவலியின் தத்துவக் கருத்துக்கள் சாந்தோக்கிய உபநிஷதத்தில் இரண்டு இடங்களிலும், பிரகதாரண்யக உபநிஷதத்தில் ஒரு இடத்திலும் வருகின்றன.

'ஸ்வேத கேது ஆருணேயர் பாஞ்சால மக்களவைக்குச் சென்றார். அவரை "குமாரா! உனது தந்தை உனக்குக் கல்வி கற்பித்திருக்கிறாரா?" என்று அரசரான பிரவாஹன் ஜைவலி கேட்டார்.

"ஆமாம் அரசே!"

'இங்கேயிருந்து உயிர்கள் அனைத்தும் எங்கே போகின்றன என்பது உனக்குத் தெரியுமா?'

"இல்லை அரசே!"

"உயிர்கள் இங்கே எப்படித் திரும்பி வருகின்றன தெரியுமா?"

"தெரியாது அரசே"

"தேவயானப் பாதையையும், பித்ருயானத்திலிருந்து திரும்பு வதையும் அறிவாயா?"

"அறியேன் அரசே!"

"அந்த உலகம் ஏன் நிறைந்து விடுவதில்லையென்பது உனக்குத் தெரியுமா?"

"தெரியாது மன்னா!"

"ஐந்தாம் முறையாக வேள்வியில் அர்ப்பணிக்கப்படும் 'நீர்' புருஷர் என்னும் பெயரை ஏன் அடைகிறது தெரியுமா?"

"தெரியாது அரசே!"

"அப்படியானால் உன்னை நீ கல்வி கற்றவனென்று சொல்லிக் கொள்ளலாமா? இந்த விஷயங்களை அறியாதவன், எப்படித் தன்னைக் கல்வி கற்றவனென்று கூறிக்கொள்ள இயலும்?"

இதனால் ஸ்வேதகேது ஆருணேயர் வருத்தமடைந்து, தனது தந்தையிடம் திரும்பிவந்து, "ஒன்றுமே கற்பிக்காமல் நீங்கள் எனக்கு எல்லாமே கற்பித்து விட்டதாகச் சொன்னீர்கள். க்ஷத்திரிய அரசனான பிரவாஹன் ஜைவலி என்னை ஐந்து கேள்விகள் கேட்டார்; என்னால் ஒன்றுக்கே பதிலளிக்கமுடியவில்லை" என்று தெரிவித்தார்.

"பிரவஹான் ஜைவலி கேட்டதாக நீ சொன்ன ஐந்து கேள்விகளில் ஒரு கேள்விக்கும் பதில் எனக்குத் தெரியவில்லை. எனக்குத் தெரிந்திருந்தால், உனக்கும் சொல்லாமல் இருப்பேனா?"

பின்னர் ஸ்வேதகேது ஆருணியின் தந்தையான கவுதம ஆருணி அரசரிடம் சென்றார். அவரைக் கண்டதும் ஜைவலி மன்னர் கவுதமரைக்

கவுரவித்தார். மறுநாள் அரசர் ஆருணி கவுதமரை மனிதர்களுக்குத் தேவையான பொருள் வரத்தைக் கேட்குமாறு வற்புறுத்தினார்.

"மனிதர்களுக்குத் தேவையான பொருள் உன்னிடமே வைத்துக் கொள்! என் குமாரனிடம் கேட்ட கேள்விகளை என்னிடம் கேள்" என்றார் கவுதமர்.

ஜைவலி மன்னர் சங்கடத்தில் சிக்கிக் கொண்டார்.

"நீ என்னை வாழ்த்தியதைப் போலவே, பல்லாண்டு வாழ்க என்று நானும் உன்னை வாழ்த்துகிறேன். நான் சொல்லும் கல்வி ஞானம் உனக்கு முன்னால், பிராமணர்கள் எவருக்கும் தெரியாது. அதனால் தான் எல்லா உலகங்களிலும் க்ஷத்திரியர்களின் ஆட்சி நடந்து வருகிறது."

பின்னர் வேள்வியில் ஐந்தாம் முறையாகச் சமர்ப்பிக்கப்படும் நீர், எப்படிப் புருஷர் என்னும் பெயர் அடைகிறதென்பதை ஜைவலி இவ்வாறு விவரிக்கிறார்:

"கவுதமரே! அந்த நட்சத்திர உலகம் நெருப்பாகும். சூரியனே அதன் எரிபொருளாகும். சூரியனுடைய கிரணங்கள் புகையாகும். நாட்கள் கிரணங்களும், சந்திரன் தீப்பொறியும், நட்சத்திரங்கள் தீ ஜுவாலைகளுமாகும். இத்தீயில் தேவர்கள் பக்தியை அர்ப்பணிக் கின்றனர். அதிலிருந்து சோம அரசன் பிறக்கிறான்.

"மேகம் நெருப்பாகும். காற்று எரிபொருளும், மின்னல் கிரணமும், இடி தீயும், ஜுவாலையுமாகும். இந்த நெருப்பில் தேவர்கள் சோம அரசனை அர்ப்பணிக்கின்றனர். அதிலிருந்து மழை உண்டாகிறது.

"இப்படியாக ஐந்தாம் முறையாகச் சமர்ப்பிக்கப்படும் நீர், புருஷர் என்னும் பெயருடையதாகிறது. உறையில் மூடிய அந்தக் கர்ப்பம், பத்து அல்லது ஒன்பது மாதங்கள் வயிற்றுக்குள் படுத்திருந்து, பின்னர் பிறக்கிறது. பிறந்து தனது வாழ்நாள் வரை உயிர் வாழ்கிறது. இறந்த பிறகு நெருப்பே அதை இங்கிருந்து அங்கே எடுத்துச் செல்கிறது. அங்கிருந்துதான் அது இங்கே வந்து பிறந்தது."

பிரம்ம ஞானத்தை அறியக்கூடிய தவசிக்குத் தேவையான வழி கிடைக்கிறதென்று பின்னால் சொல்லப்பட்டுள்ளது.

சாந்தோக்ய உபநிஷதத்திலுள்ள இப்பேச்சு வார்த்தையைப் பிரகதாரண்யக உபநிஷதம் குறிப்பிட்டுள்ளது. ஜைவலி அரசர் கவுதம ஆருணிக்குக் கொடுப்பதாக வாக்குறுதியளித்த, மனிதர்கள் பயன் படுத்தகூடிய பொருள்கள் என்று கீழ்க்காணுபவை குறிப்பிடப் பட்டுள்ளன: யானை, தங்கம், பசுக்கள், குழந்தைகள், அடிமைகள்,

ஆடை அணிகள். இந்தக் கல்வி ஞானம் ஆருணிக்கு முன்னால் எந்தப் பிராமணனுக்கும் தெரியாது என்னும் விஷயம், பிரகதாரண்யக உபநிஷதத்திலும் வலியுறுத்தப்பட்டுள்ளது. ஐந்து வித அர்ப்பணம், பிறகு தேவயானம், பித்ருயானம். பித்ருயானத்திலிருந்து திரும்பி வந்து மீண்டும் இவ்வுலகத்தில் பிறப்பது. சாந்தோக்ய உபநிஷதத்தின்படி பிராமண, க்ஷத்திரிய பிறவிகளெடுப்பது, பிரகதாரண்யகத்தின் கூற்றுப்படி, புழு பூச்சிகளாகக்கூடப் பிறப்பது. ‘மறுபிறப்பு’ என்னும் சித்தாந்தம் முதலில் பிராமணர்கள் சொன்னதல்ல என்பதையும், க்ஷத்திரியர்கள் தயார் செய்ததேயாகும் என்பதையும் நினைவில் வைக்க வேண்டும். க்ஷத்திரியர்கள் என்றால் ஆட்சியாளர்கள் என்று பொருள் கொள்ள வேண்டும். அப்பொழுது இந்தச் சித்தாந்தத்துக்குள் மறைந்திருக்கும் ரகசியத்தைச் சுலபமாகப் புரிந்து கொள்ள முடியும்.

2. உத்தாலக ஆருணி கவுதமர் (கி.மு. 650)

‘சதபத பிராமண’த்தின் கூற்றுப்படி ஆருணி குரு பாஞ்சால ராஜ்ஜியத்தைச் சேர்ந்த பிராமணராவார். இவர் பாஞ்சால அரசரான பிராவஹன ஜைவலியிடம் நீண்ட காலம் சீடராக இருந்து, பஞ்சாக்னிக் கல்வி, தேவயானம், பித்ருயானம் (மறுபிறப்பு) தத்துவங்களைக் கற்றறிந்தார். மேலும் ஆருணி அஸ்வபதி கைகய் அரசரிடமும், சித்ர கார்க்யாயணி மன்னரிடமும் கூடத் தத்துவ இயலைப் பயின்றார். பிரகதாரண்யகத்தின் கூற்றுப்படி யாக்ஞவல்கியர் ஆருணியின் சீடராவார். ஆனால், ஜனகரின் அரசவையில் உத்தாலக ஆருணியுடன் யாக்ஞவல்கியர் சாஸ்திர சர்ச்சை செய்தாரென்பது தவறானதாகும்.

கீழ்க்காண்பவர்கள் யாக்ஞவல்கியரின் சம காலத்திய எதிரிகளும், நண்பர்களும், சீடர்களுமாவர்:

1. வைதேக மன்னர் ஜனகர் 2. ஜாரத்காரக் ஆர்த்தபாகர், 3. புஜ்யு லாஹ்யாயனி, 4. உஷீஸ்த சாக்ராயணர் 5. கஹோல் கவுஷீதகீயர் 6. கார்கி வாசக்னவி 7. விதக்த ஸாகல்ய.

ஜனகவைதேகருடன் சாஸ்திர சர்ச்சை செய்பவர்களில் கீழ்க்கண்ட பெயர்களை நாம் காண்கிறோம்.

8. ஜித்வா சைலினி 9. உதங்க சௌல்வாயன் 10. வக்கு வார்ஷ்ண 11. கர்த்தபீவிபதி பாரத்வாஜர் 12. சத்யகாம ஜாபால்.

ஆராய்ந்து பார்த்தால் சத்யகாம ஜாபால், யாக்ஞவல்கியரின் சீடர் வரிசையில் வந்தவரல்ல. அவருடைய சம காலத்தியவரேயாவார். உண்மையில் ஆருணி யாக்ஞவல்கியரின் குருவென்பதே சரியானதாகும்.

தத்துவக் கருத்துக்கள்

(1) ஆருணி, ஜைவலியின் சீடராக: *ஆருணிக்குப் பாஞ்சால ராஜ்ஜியத்தின் அரசரான ஜைவலியிடம் பஞ்சம் ஆகுதி, தேவயானம், பித்ருயானம் ஆகிய உபதேசங்களைப் பெற்றாரென்பதை ஏற்கெனவே கூறினோம். சாந்தோக்ய உபநிஷதத்தில் ஓரிடத்தில் ஆருணி ஆசாரிய உருவத்திலல்லாமல் சீடர் உருவத்தில் நமக்குக் காட்சியளிக்கிறார்:*

மாவீரர்களும், மாபெரும் வேத விற்பன்னர்களும் கூட்டமாகக் கூடி, 'ஆன்மா என்றால் என்ன, பிரம்மம் என்றால் என்ன?' என்று விவாதிக்கத் தொடங்கினர். பின்னர் அவர்கள் அனைவரும், 'தற்பொழுது உத்தாலக ஆருணி பவஷ்வானர் ஆன்மாவை உபாசித்துக் கொண்டிருக்கிறார். அவரிடம் போவோம் புறப்படுங்கள்!' என்று அவரிடம் சென்றனர். அந்த ஆருணி தன் மனத்தில் 'இம் மாவீரர்களும், மாபெரும் வேத விற்பன்னர்களும் கேட்கும் சந்தேகங்களையெல்லாம் என்னால் தீர்க்க இயலாது. அதனால் இவர்களுக்கு வேறொருவரின் பெயரைச் சொல்வேன்!' என்று முடிவு செய்து கொண்டார். அதனால் அவர் தன்னைத் தேடி வந்தவர்களிடம், 'ஐயன்மீர்! தற்பொழுது அஸ்வபதி கைகயர் வைஷ்ணவானர் ஆன்மாவை ஆராய்ந்து கொண்டிருக்கிறார். நாமெல்லாரும் அவரிடமே போவோம்!' என்றார். எல்லோரும் அஸ்வபதி கையரிடம் சென்றனர். அவர் வந்தவர்களை மரியாதையுடன் வரவேற்றார். மறுநாள் காலை அவர் வந்தவர்களிடம், 'எங்கள் நாட்டில் (குடியரசில்) திருடர்களோ, கருமிகளோ, குடிகாரர்களோ, யாகம் செய்யாதவர்களோ, கல்வியறிவற்றவர்களோ, கட்டுப்பாடில்லாமல் வாழ்பவர்களோ எவருமில்லை. இனி விபசாரிகள் இல்லையென்று சொல்லவும் வேண்டுமா? நான் இப்பொழுது யாகம் செய்து வருகிறேன். யாகத்தில் பங்கெடுப்பவர்களுக்குக் கொடுக்கும் பணத்தைப் போல, உங்களுக்கும் கொடுக்கிறேன்; இங்கேயே இருங்கள்' என்றார்.

'எந்தப் பயன் கருதி மனிதன் நடக்க வேண்டுமோ, அதை எங்களுக்குக் கூறு! தற்பொழுது நீ ஆராய்ந்து கொண்டிருக்கும் வைஷ்வானர் ஆன்மாவைப் பற்றியே (உலக உடலைப் பற்றியே) எங்களுக்குத் தெரிவி!' என்று அவர்கள் கோரினர்.

'காலையில் உங்களுக்குச் சொல்கிறேன்.'

அவர்கள் சீடர்களைக் குறிக்கும் வேள்விக் குச்சிகளைக் கரங்களில் ஏந்தி, மறுநாள் காதலை அஸ்வபதி கைகயரிடம் சென்றனர். அவர், அவர்களைச் சீடர்களாக ஏற்றுக் கொள்ளாமலேயே ஒவ்வொருவரையும் அழைத்துக் கேள்விகள் கேட்க ஆரம்பித்தார்.

'அவுபமன்யவ்! நீ எந்த ஆன்மாவை உபாசிக்கிறாய்?'

'நட்சத்திர உலகத்தை உபாசிக்கிறேன் அரசே!'

'அது அழகிய ஒளியுடைய வைஷ்வானர் ஆன்மாவாகும். அதனாலேயே உன்னுடைய வம்சத்தில் குழந்தைச் செல்வம் காணப் படுகிறது. அதனாலேயே நீ உணவு உண்கிறாய்; அன்பிற்குரியவர் களைப் பார்க்கிறாய்! வைஷ்வானர் ஆன்மாவை உபாசிப்பவர்களின் குலத்தில் பிரம்ம தேஜஸ் இருக்கும். இது ஆன்மாவின் சிரமமாகும். நீ என்னிடம் வராமலிருந்தால், உன் தலை கீழே விழுந்து விட்டிருக்கும்.'

பின்னர் அவர் சத்ய யக்ஞ பவுலஷி என்பவரைக் கூப்பிட்டு, 'பழமைக்குரியவனே! நீ எந்த ஆன்மாவை வழிபடுகிறாய்?' என்று கேட்டார்.

'நான் சூரியனை வழிபடுகிறேன் அரசே'

'சூரியனே வைஷ்வானர் ஆன்மாவாகும். அதையே நீ வழிபடு கிறாய்! அதனாலேயே உன்னுடைய குலத்தில் குதிரைகள் பூட்டிய தேர்கள், அடிமைகள், நாணயங்கள் போன்ற உலக உருவங்கள் காணப் படுகின்றன. நீ உணவு உண்பதும் அதனால் தான்! அது ஆன்மாவின் கண்ணாகும். நீ மட்டும் என்னிடம் வராமல் இருந்திருந்தால் குருடனாகி விட்டிருப்பாய்!

பிறகு அவர் இந்திரத்யும்ன பால்லவேயரை அழைத்து, 'நீ எந்த ஆன்மாவைத் தொழுகிறாய்?' என்று கேட்டார்.

'நான் காற்றைத் தொழுகிறேன் அரசே!'

'அதுவே தனி வழியுடைய வைஷ்வானர் ஆன்மா (உலக உடல்) வாகும். இதனாலேயே யாகத்தில் சமர்ப்பிக்கப்படும் பொருட்கள் தனித்தனியே உனக்குக் கிடைக்கின்றன. தனித்தனியாகத் தேர் வரிசைகள் உன்னைப் பின்தொடர்கின்றன.'

பின்னர் அஸ்வபதி கைகயர், சார்க்க ராட்சியரைக் கேட்டார், 'நீ எந்த...?'

'நான் வானத்தை உபாசிக்கிறேன் அரசே!'

'அதுவே பலம்வாய்ந்த வைஷ்வானர் ஆன்மாவாகும். அதனாலேயே நீ குழந்தைகளையும் செல்வத்தையும் பெற்றிருக்கிறாய்!'

பின்னர் அவர் உடில் அஸ்வதா ராக்ஷ்வியைக் கேட்டார். 'வையாக்ரபதி...'

'நான் நீரை...'

'அதுவே செல்வமுடைய வைஷ்வானர் ஆன்மாவாகும். அதனா லேயே நீ செல்வந்தனாக இருக்கிறாய்!'

பிறகு உத்தாலக் ஆருணியைக் கேட்டார், 'கவுதமரே!...?'

'நான் நிலத்தைத்தான் தொழுகிறேன் அரசே!'

'அதுவே மரியாதையுடைய வைஷ்வானர் ஆன்மாவாகும். அதனா லேயே நீ மக்கள் செல்வத்துடனும், பசுக்கள் செல்வத்துடனும் மரியாதைக்குரியவனாக இருக்கிறாய்!'

பின்னர் அஸ்வபதி கைகயர், அவர்கள் அனைவரையும் நோக்கி "நீங்கள் வைஷ்வானர் ஆன்மாவை (உலக உடலை)த் தனியானதென்று கருதி, உணவு சாப்பிட்டு வருகிறீர்கள். இந்த வைஷ்வானர் ஆன்மாவின் தலையே ஒளியாகும். அதன் கண் உலக உருவமாகும். அதன் உயிர் சிறப்பான ஆன்மாவாகும்' என்று உபதேசம் செய்தார்.

மேலே விவரித்த பேச்சு வார்த்தைகளில் ஆருணி, தான் நிலத்தை வைஷ்வானர் ஆன்மாவாகக் கருதுவதாகத் தெரிவித்தார். ஆனால் அஸ்வபதி கைகயர் அதை முழுமையானதல்ல என்று கூறிவிட்டார்.

(2) ஆருணி கார்க்யாயணியின் சீடராக: க்ஷத்திரியர்களிடம் தத்துவ ஞானத்தைக் கற்கும் பிராமணர்களின் பிரதிநிதியாக ஆருணி நமக்குத் தோற்றமளிக்கிறார். அவர் பாஞ்சால அரசரான ஜைவலியிடம் *கைகய் ராஜாவான அஸ்வபதியிடமும் தத்துவ இயல் கற்றதை ஏற்கெனவே குறிப்பிட்டோம். அவர் சித்ர கார்க்யாயணியிடமும் ஞானத்தைக் கற்றார் என்று கவுஷீதகி உபநிஷதம் கூறுகிறது.

"சித்ர கார்க்யாயணி யாகம் செய்யும்போது, ஆருணியையும் ஒரு யாக உறுப்பினராக்கிக் கொண்டார். அவர் தனது மகனாக ஸ்வேதகேதுவை வேள்வி செய்விக்குமாறு ஆணையிட்டார்."

கார்க்யாயணி கேட்ட கேள்விகளுக்குப் பதில் கூறமுடியாது போனதால், ஸ்வேதகேது தன் வீட்டுக்குத் திரும்பி வந்து, தந்தையிடம் அவ்விஷயத்தைச் சொல்லி முறையிட்டான். அப்பொழுது ஆருணி கார்க்யாயணின் சீடனாகி, ஞானத்தைப் பெற வேண்டுமென்பதற்காகக் கையில் யாகத்தில் எரிக்கப்படும் குச்சிகளை எடுத்துக் கொண்டு அவரிடம் போய்ச் சேர்ந்தார். கார்க்யாயணர் ஆருணிக்குத் தேவயானம், பித்ருயானம் மறுபிறப்பு ஆகியவை பற்றி உபதேசம் செய்தார். அவ்வுபதேசம் ஜைவலி உபதேசத்தின் நகல் மட்டுமே!

---

* கைகய்: இமயத்திற்குக் கீழே ஜேலம் நதிக்கும் சிந்து நதிக்குமிடையே உள்ள ராஜலிரி பிரதேசம்.

(3) யாக்ஞவல்கியருடன் ஆருணியின் பேச்சுவார்த்தை நிகழவில்லை: பிரகதாரண்ய உபநிஷதத்தில் ஆருணியின் வாயிலாகச் சொல்லப்பட்டிருப்பதாவது:

"ஒரு காலத்தில் நாங்கள் மத்ர** என்னுமிடத்தில் வசித்து வந்த பதஞ்சல் காப்யரின் இல்லத்தில், யாகக் கல்வியைக் கற்றுக்கொண்டு இருந்து வந்தோம். அவருடைய மனைவியைக் கந்தர்வன் (தேவன்) பிடித்திருந்தான். அந்தக் கந்தர்வனை 'நீ யார்' என்று நான் கேட்டேன். 'நான் கபந்த ஆதர்வனென' அவன் பதிலளித்தான். பின்னர் அவன் யாகம் செய்பவர்களையும், பதஞ்சல்காப்யரையும், 'இவ்வுலகத்தையும், மறு உலகத்தையும், எல்லா உயிர்களையும் கோத்துள்ள நூல் எது தெரியுமா?' என்று கேட்டான். 'எங்களுக்குத் தெரியாது' எனப் பதஞ்சல் பதிலளித்தார்.

இந்த மேற்கோளினால் ஆருணி 'மத்ர' என்னுமிடத்தில் பதஞ்சலியிடம் யாகம் போன்ற சடங்குகளைக் கற்றார் என்பதும் பதஞ்சல்கூட தத்துவ இயல் அறியாதவர் என்பதும் தெரிகின்றன.

ஆகவே, ஆருணியே முதல் பிராமணத் தத்துவாசிரியராகிறார். இதற்கு முன்பு தத்துவச் சிந்தனையே ஆளும் வர்க்கத்தினரான க்ஷத்திரியர் செய்து வந்தனர். அந்த க்ஷத்திரியரில் அரசர்களும் இருந்து வந்தனர். அரசர்கள் தத்துவச் சிந்தனையாளர்களாக இருந்தாலும் வேள்விகள் செய்வதையும், பிராமணர்களுக்குத் தட்சிணைகள் தருவதையும் நிறுத்தவில்லை. இதை அஸ்வபதி கைகயரிடமும், கார்க்யாயணரிடமும் கண்டோம். ஆருணி பஞ்சமாஹுதியையும் (தேவயானம், பித்ருயானம்) வைஷ்வானர் ஆன்மாவைப் பற்றிய ஞானத்தையும் தமது க்ஷத்திரிய குருநாதர்களிடமிருந்து கற்றுக் கொண்டார். ஆனால், அவருடைய சொந்த தத்துவ இயல் 'தத்வமஸி' (பிரம்மமும், உலகமும் ஒன்றே) என்பதுதான்! இதை அவர் தமது மகனான ஸ்வேதகேதுவுக்கு உபதேசித்தார்.

(4) ஸ்வேதகேதுவுக்கு ஆருணியின் உபதேசம்: ஸ்வேத கேது ஆருணேயர் ஆருணியின் மகனாவார். தந்தை- மகனின் சம்பாஷணை சாந்தோக்ய உபநிஷதத்தில் காணக்கிடக்கிறது.

"ஸ்வேதகேது! பிரமசரியத்தைக் கடைப்பிடி! அன்பிற்குரியவனே! நமது குலத்தைச் சேர்ந்த ஒருவன் படிப்பு வாசனை இல்லாமல், பிராமணனைப்போல் இருக்க முடியாது" என்று தந்தை ஸ்வேதகேதுவிடம் கூறினார்.

** மத்ர: இன்றைய பாகிஸ்தானிலுள்ள சியால்கோட், குஜரான்வாலா மாவட்டங்கள்.

“பன்னிரண்டாம் வயதில் உபநயனம் (பூணூல் கல்யாணம் பிரமசரியத் துவக்கம்) செய்து, இருபத்தி நான்காம் வயதுவரை எல்லா வேதங்களையும் கற்றுத்தேர்!”

உயர்ந்த மனமும், படிப்பில் அக்கறையும் கொண்ட ஸ்வேதகேது தன் தந்தையின் அருகில் சென்றபோது, அவர் கேட்டார்.

“அன்பான ஸ்வேதகேதுவே! நீ உயர்ந்த மனம் படைத்தவன்! கேட்காதவன் கேட்டவனாகும் உபதேசத்தை அறியாதவன் அறிந்த வனாகும் உபதேசத்தை நீ கேட்டிருக்கிறாயா?”

“அது எப்படிப்பட்ட உபதேசம் தந்தையே!”

“கொஞ்ச மண்ணால் பல மண் பாண்டங்கள் தயாராகின்றன. ஒரு மண் மட்டுமே உண்மையானது. மற்ற மாற்றங்கள் அனைத்தும் பொய்யானவையே! அந்த மண் பாண்டங்களை நாம் பல பெயரிட்டுச் சொல்வதெல்லாம் வெறும் பெயரளவுக்குத் தான்! ஒரேயொரு இரும்புக் கனியால் பல இரும்புச் சாதனங்கள் தயாராகின்றன. சுரங்கத்துள் நகத்தால் கீறுவதால் இரும்புக் கனி தென்படுவதைப் போல, அந்த உபதேசம் தென்படும்.”

“எனது ஆசாரியருக்கு அந்த உபதேசம் தெரியாததால் எனக்குத் தெரிவிக்கவில்லை. உங்களுக்குத் தெரிந்தால் அதை எனக்குத் தெரிவியுங்கள்!”

“அன்பானவனே! அப்படியே தெரிவிக்கிறேன். முதன் முதலில் இணையில்லாததொரு பிரம்மம் இருந்தது. ஆனால், சிலர் முதன் முதலில் அபிரம்மம்தான் இருந்தது என்கின்றனர். அந்த அபிரம்மத் திலிருந்து பிரம்மம் பிறந்ததாகக் கூறுகின்றனர். ஆனால் இது எப்படி பிறந்திருக்கும்?”

“அபிரம்மத்திலிருந்து பிரம்மம் எப்படிப் பிறக்கும்?”

“பிரம்மம் ஒரு இணையில்லாத சக்தியாகும். அது தனது மனத்தில் விரும்பி, நெருப்பை உண்டாக்கியது.”

இவ்விதமாக ஆருணியின் கருத்துப்படி, நெருப்பு முதல் பவுதீகப் பொருளாகும். பின்னர் நெருப்பிலிருந்து இரண்டாவது பொருளான நீர் உண்டாயிற்று. நெருப்பிலிருந்து நீர் உண்டாயிற்று என்பதை நிரூபிக்க ஆருணி, வெயிலில் காய்ந்ததால், வேர்வை உண்டாகிறது என்னும் உதாரணத்தைச் சொன்னாலே போதுமானதென்று எண்ணினார். நீரிலிருந்து உணவு உண்டாயிற்று. இப்படி நெருப்பின் அடிப்படை பிரம்மம் ஆகும். நீரின் அடிப்படை நெருப்பாகும். எடுத்துக்காட்டுக்கு, “இறப்பவனின் சொல் மனத்தில் கலந்துவிடுகிறது.

மனம் உயிரிலும், உயிர் நெருப்பிலும், நெருப்பு பரமதேவனிலும் கலக்கின்றன. 'அணிமா' என்னும் கண்ணுக்கும் புலப்படாததன் உருவமே இந்த முழு உலகமாகும். அது உண்மையும், ஆன்மாவுமாகும். அது 'நீயேதான்' (தத்துவம் அஸி) ஸ்வேதகேது!'

'இன்னும் எனக்குச் சொல்லுங்கள்'

'அப்படியே சொல்கிறேன் அன்பிற்குரியவனே! தேனீக்கள், பல்வேறு செடிகளின் ரசங்களையெல்லாம் ஓரிடத்தில் சேர்த்து, ஒரே ரசமாகத் தேனைத் தயாரிக்கின்றன. அந்த ரசத்தை எப்படிப் பாகுபாடு செய்ய முடியாதோ அதே போல், எல்லா மக்களும் அந்தப் பிரம்மத்தில் கலந்திருந்து நாம், பிரம்மத்தில் கலந்திருக்கிறோம் என்பதை அறிவதில்லை. அது நீயே ஸ்வேதகேது!'

'தொடர்ந்து எனக்கு உபதேசியுங்கள்!'

"அப்படியே உபதேசிக்கிறேன் அன்பானவனே! கிழக்கத்திய நதிகள் கிழக்கிலிருந்து ஓடுகின்றன. மேற்கத்திய நதிகள் மேற்கிலிருந்து பிரவகிக்கின்றன. எல்லாமுமே கடலில் போய்ச் சேருகின்றன. எல்லாமுமே கடலாகி விடுகிறது. அந்த நதிகள் ஒவ்வொன்றும் 'இது நான்' என்று எண்ணிக் கொள்ளாததைப் போல், இந்த மக்கள் அனைவருமே பிரம்மத்திலிருந்து வந்தவர்களாக இருந்தும், தாம் பிரம்மத்திலிருந்து வந்தவர்களென்று அறிவதில்லை. அது நீயேதான் ஸ்வேதகேது"

"இன்னும் சொல்லுங்கள் தந்தையே!"

"நல்லது மகனே! ஒரு பெரிய மரத்தின் வேரில் வெட்டினால், ஜீவரசம் சுரக்கிறது. அதன் மத்தியப் பகுதியில் வெட்டினாலும், கிளைகளில் வெட்டினாலும் ஜீவரசம் சுரக்கிறது. அதேபோல் இந்த மரமும் (மனித உடலும்) ஜீவாத்மா மூலம் அனுபவிக்கப்பட்டு, பருகப்பட்டு, மகிழ்ச்சியடையப்பட்டு உயிர் வாழ்ந்திருக்கிறது. ஜீவாத்மா கிளைகளை விட்டுப்போனால் கிளைகள் பட்டுப் போகின்றன. மத்தியப் பகுதியை விட்டுச் சென்றால் அது பட்டுப் போகிறது. மரத்தின் வேரை ஜீவாத்மா விட்டுப்போனால், அது உலர்ந்து விடுகிறது. மரம் முழுவதையும் அது விட்டுச் சென்றால், மரம் பூராவுமே அழிந்துவிடுகிறது. இதே போல் ஜீவனற்ற இவ்வுடல் இறந்து விடுகிறது; ஆனால் ஜீவன் இறப்பதில்லை. அப்படிப்பட்ட அது நீயே தான் ஸ்வேதகேது!"

'மேலும் எனக்கு விளக்குங்கள் தந்தையே!'

'ஆல மரத்தின் பழம் கொண்டு வா!'

'இதோ தந்தையே!'

'பழத்தை இரண்டாகப் பிரி!'

'பிரித்தேன் தந்தையே!'

'அதிலே என்ன பார்க்கிறாய்?'

'சிறிய சிறிய வித்துக்களைப் பார்க்கிறேன்!'

'அவற்றில் ஒன்றை நசுக்கு!'

'நசுக்கினேன் தந்தையே!'

'அதில் என்ன பார்க்கிறாய்?'

'ஒன்றுமில்லை தந்தையே!'

'அன்பிற்குரியவனே! நீ பார்க்க இயலாத இந்த 'அணிமா'வி லிருந்துதான் (மிகச் சிறியதிலிருந்துதான்) இந்த மாபெரும் ஆலமரம் தோன்றி நின்றிருக்கிறது. கவனமாகப் பார் ஸ்வேதகேது? அது நீயேதான்!'

'இன்னும் எனக்கு உபதேசியுங்கள் தந்தையே!'

'அப்படியே மகனே! இந்த உப்பைத் தண்ணீரிலே போட்டு வைத்துக் காலையிலே மீண்டும் என்னிடம் வா!'

ஸ்வேதகேது அப்படியே செய்தான்.

'முந்திய இரவு தண்ணீரில் போட்டு வைத்த உப்பை எடுத்து வா மகனே!'

'தண்ணீரில் அதைத் தேடியும் கிடைக்கவில்லை. அது கரைந்து விட்டதுபோல் தோன்றுகிறது.'

'இப்பொழுது அந்தத் தண்ணீரைக் குடி! எப்படி இருக்கிறது?'

'உப்பாக இருக்கிறது.'

'தண்ணீரில் உப்பு இருந்தாலும் உன்னால் அதைப் பார்க்க முடியவில்லை. இதுவேதான் அது, அது நீயேதான் ஸ்வேதகேது!'

'இன்னும் எடுத்துக் கூறுங்கள் தந்தையே!'

'அப்படியே கூறுகிறேன் மகனே! ஒருவனைக் கண்ணைக்கட்டி காந்தார தேசத்திலிருந்து கொண்டு வந்து, மக்கள் கூட்டம் நிரம்பி வழிகிற ஓரிடத்தில் விட்டுவிடுகிறார்கள். அங்கே அவன், 'என்னைக் கண்ணைக்கட்டிக் காந்தார நாட்டிலிருந்து இங்கே கொண்டு வந்து

விட்டுவிட்டார்களே?' எனப் பிதற்றுகிறான். அங்கே வந்த ஒருவன் அவனுடைய கண் கட்டை அவிழ்த்துவிட்டு, 'இந்தத் திசையிலே காந்தாரம் இருக்கிறது, போய்ச்சேர்!' என்று வழிகாட்டுகிறான். அறிவு நிறைந்த அவன் ஒவ்வொரு கிராமமாக வழி கேட்டுக் கொண்டே காந்தார நாடு போய்ச் சேர்ந்துவிடுகிறான். அதே போல் இங்கே குருவை உடையவன் ஞானத்தை அடைகிறான். அவன் உடலிலிருந்து வேறுபட்டதுமே மோட்சத்தைப் பெறுகிறான். உடலைத் துறந்ததுமே அவன் பிரம்மத்தை அடைகிறான். அது நீயே ஸ்வேதகேது!'

'தொடர்ந்து உபதேசியுங்கள் தந்தையே!'

'இறக்குந் தறுவாயிலுள்ள மனிதனை, அவனுடைய உற்றார் உறவினர்கள் சூழ்ந்துகொண்டு, என்னைத் தெரிகிறதா, என்னைத் தெரிகிறதா?' என்று கேட்கிறார்கள். அம்மனிதனின் சொல் மனத்தில் கலக்காமலிருக்கும்வரை, மனம் உயிரிலும், உயிர் நெருப்பிலும், நெருப்பு பரம தேவனிலும் கலக்காதவரை, அவன் உற்றார் உறவினர் களை அடையாளம் கண்டு கொள்கிறான். ஆனால், அவனது சொல் மனத்திலே கலந்த பிறகு, மனம் உயிரிலும், உயிர் நெருப்பிலும், நெருப்பு பரம தேவனிலும் கலந்து விட்ட பின்னர், அவன் அவர்களை அடையாளம் கண்டுகொள்ள மாட்டான். அவன் நீயேதான் ஸ்வேதகேது!'

இவ்விதமாக ஆருணி ஸத் பிரம்மவாதியாவார் (உடலை பிரம்ம மாகக் கருதுபவர்) அத்துடன் பவுதீகப் பொருட்களில் நெருப்பை முதன்மையானதாகக் கருதுபவர்.

3. யாக்ஞவல்கியர்

(1) வாழ்க்கை: யாக்ஞவல்கியர் பிறந்த இடம் எதுவென்று தெரியவில்லை. அவர் வைதேக ராஜ்ஜியத்தின் அரசர் ஜனகரின் குருவாக இருந்ததால், அவரும் விதேகத்தில் (இன்றைய திர்ஹூத்) வாழ்ந்திருந்ததாகச் சிலர் நம்புகின்றனர். ஆனால், அது தவறானதாகும். பிரகதாரண்யக உபநிஷத்தை ஆராய்ந்தால், அவர் குருபாஞ்சாலத்தைச் சேர்ந்த பிராமணர் என்று தெரிகிறது.

"வைகேத்தின் ஜனகர் பெரும் தட்சிணைகள் வழங்கக்கூடிய யாகம் செய்தார். அந்த யாகத்திற்குக் குரு- பாஞ்சால பிரதேசத்திலிருந்து (தற்போதைய மேற்கு உத்திரப் பிரதேசம்) பிராமணர்கள் பலர் வந்திருந்தனர். **இந்தப் பிராமணர்களில்** அதிகமாகக் கல்வி கற்றவர் யார் என்பதைத் தெரிந்து கொள்ள வேண்டுமென்ற கோரிக்கை ஜனகரின் உள்ளத்தில் பிறந்தது."

இங்கே **'அந்தப் பிராமணர்கள்'** என்னும் சொல் குருபாஞ்சால பிராமணர்களைக் குறிக்கிறது. யாக்ஞவல்கியர் விதேகத்தைச் சேர்ந்த வராக இருந்திருந்தால், அவருடைய புலமையைப் பற்றி ஜனகருக்குத் தெரியாமல் இருந்திருக்காது.

இவ்விதமாக ஜைவலி, ஆருணி, யாக்ஞவல்கியர் ஆகிய முப்பெரும் உபநிஷத் தத்துவாசிரியர்களும் குரு- பாஞ்சாலத்தைச் சேர்ந்தவர்கள் போல் தோன்றுகிறது. அதனால்தான் புத்தர் காலத்தில் குரு-பாஞ்சாலம் தத்துவ இயலின் சுரங்கமாகக் கருதப்பட்டு வந்தது. கி.மு. 1500இல் ரிக்வேத காலத்திலிருந்து இந்தப் பிரதேசத்துக்கு முக்கியத்துவம் கிடைத்தாலும், அதே காலத்தில் கைகய் - (பஞ்சாப்) காசி, விதேகம் ஆகிய இடங்களிலும் தத்துவச் சிந்தனை நடைபெற்று வந்தது.

அஸ்வபதி கைகயரிடம் சென்ற இந்தப் பிராமணர்கள் பெரும் பணக்காரர்களாவர். அவர்கள் நூற்றுக்கணக்கான கோவேறு கழுதைத் தேர்களும் (அக்காலத்தில் கோவேறு கழுதைகளின் விலை, குதிரை களின் விலையைவிட அதிகம், யானைகளும், அடிமைப் பெண்களும், பணமும் நிறைய வைத்திருந்தனர். 'அழகிய பெண்கள்' என்று சொல்லப்பட்டிருப்பதால், அக்கால அடிமைப் பெண்கள் பணி விடைகள் செய்வது மட்டுமல்ல, தமது எஜமானர்களின் காம வாஞ்சையைத் தணித்து வந்தனர். யாக்ஞவல்கியரும் இப்படிப்பட்ட ஒரு பணக்காரப் பிராமணர். அவர் வீட்டைவிட்டுச் சந்நியாசியாகிச் செல்லும்போது தன் இரு மனைவிகளான மைத்ரேயிக்கும், காத்யாயனிக்கும் தனது சொத்து முழுவதையும் பங்கிட்டுத்தர முன் வந்தார். இதிலிருந்து அவருக்குக் குழந்தைகள் இல்லையென்று தெரிகிறது.

யாக்ஞவல்கியருக்கு மைத்ரேயி, காத்யாயனி என்று இரு மனைவியர் இருந்தனர். அவர்களில் மைத்ரேயி பிரம்ம ஞானம் அறிந்தவள்; ஆனால், காத்யாயனியோ இயற்கையான பெண் சுபாவமுடையவள்.

"மைத்ரேயி! நான் இங்கிருந்து துறவு கொண்டு புறப்படப் போகிறேன். நான் உனக்கும், காத்யாயனிக்கும் சொத்தைப் பிரித்துத் தந்து விடட்டுமா?" என்று யாக்ஞவல்கியர் மைத்ரேயியைக் கேட்டார்.

பிரம்ம ஞானத்தைப் பெற்றவளான மைத்ரேயிகூடச் சொத்து, பணம் என்றால் விரக்தியுடையவள். அதனால் அவள் சொத்துப் பங்கை ஏற்றுக் கொள்ள மறுத்து, கணவரைப் பல கேள்விகள் கேட்டாள். அவற்றுக்குப் பதிலளிக்கும் வகையில் யாக்ஞவல்கியர் செய்த உபதேசம் குறித்து நாம் இனி வரப்போகும் பக்கங்களில் கூறப் போகிறோம்.

தத்துவக் கருத்துக்கள்

யாக்ஞவல்கியரின் தத்துவக் கருத்துக்கள் பிரகதாரண்யக உபநிஷத்தின் மூன்று அத்தியாயங்களில் வருகின்றன. முதலாவதாக ஜனக அரசரின் யாக மண்டபத்திலும், இரண்டாவதாக ஜனகருடன் நிகழ்ந்த மூன்று சந்திப்புக்களின் போதும் மூன்றாவதாகத் தனது மனைவி மைத்ரேயியுடனான விவாதத்திலும் அவரது தத்துவக் கருத்துக்களை நாம் காணலாம்.

(க) ஜனகரின் சபையில்: "வைதேக அரசரான ஜனகர் பெரும் தட்சிணைகள் கொடுக்கக்கூடிய யாகம் செய்தார். அங்கே குரு-பாஞ்சாலப் பிராமணர்கள் வந்திருந்தனர். இந்தப் பிராமணர்களில், யார் தலைசிறந்த அறிஞர் என்பதைத் தெரிந்து கொள்ள வேண்டுமென்ற ஆவல் ஜனகருக்கு உண்டாயிற்று. அவர் ஓராயிரம் பசுக்களை அங்கே ஓட்டி வந்து நிறுத்தினார். ஒவ்வொரு பசுவின் கொம்புகளிலும் பத்து-பத்து தங்க நாணயங்கள் கட்டப்பட்டிருந்தன. ஜனகர் அந்தப் பிராமணர்களை நோக்கி, 'பிராமணத்தேவர்களே! உங்களில் தலைசிறந்த பிரம்ம ஞானி இந்தப் பசுக்களை ஓட்டிச் செல்லலாம்' என்று அறிவித்தார். பிராமணர்கள் எவருக்குமே துணிவு பிறக்கவில்லை. அப்பொழுது யாக்ஞவல்கியர் தனது ஒரு பிரம்மசாரிச் சீடனைப் பார்த்து, 'சோமஸ்ரவா! இந்தப் பசுக்களை ஓட்டிச் செல்!' என்று கட்டளையிட்டார். சீடன் பசுக்களை ஓட்டியும் சென்று விட்டான். 'நான் இத்தனைபேர் இங்கே இருக்கும்போது இவன் மட்டும் தன்னை எப்படித் தலைசிறந்த பிரம்ம ஞானியென்று சொல்லிக் கொள்ளலாம்?' என்று அந்தப் பிராமணர்களுக்கு ஆத்திரம் பொங்கி வந்தது. ஜனகரின் யாகத்தில் பல்வேறு பொருள்களைச் சமர்ப்பிப்ப வனாக 'அஷ்வல்' என்பவன் இருந்தான். அவன், 'நீ எங்களைக் காட்டிலும் பெரிய பிரம்ம ஞானியா யாக்ஞவல்கியா?' என்று கேட்டான். 'நாங்கள் பிரம்ம ஞானியை வணங்குகிறோம். நாங்கள் பசுக்களை விரும்புகிறோம்?' என்று மேலும் கூறினான்.

(A) செய்வினை பற்றிய அஷ்வலின் கேள்வி: "அஷ்வல் அங்கிருந்தே யாக்ஞவல்கியரைக் கேள்விகள் கேட்கத் தொடங்கி விட்டான்."

அஷ்வல் பெரும்பாலும் யாகங்களைப் பற்றியும் யாக சடங்கு களைப் பற்றியுமே கேள்விகள் கேட்டான். யாக்ஞவல்கியர் வைதீகச் சடங்குகளில் மாபெரும் புலமை வா்ய்ந்தவர். 'சதபத' பிராமணத்தில் யாகச் சடங்குகளைக் குறித்த அவருடைய விளக்கங்களிலிருந்து இது தெரிகிறது. யாக்ஞவல்கியரின் பாதி தர்க்கங்களாலும், பாதி சம்பிரதாய விளக்கங்களாலும் அஷ்வல் வாய் மூடி மவுனியாகிவிட்டான்.

(B) மரணத்தை உண்பதைக் குறித்து ஆர்த்தபாகரின் கேள்வி: பின்னர் ஜாரத்காரவ் ஆர்த்தபாகர் கேள்விகள் கேட்க ஆரம்பித்தார். 'அதிகமாகப் பிடித்துக் கொள்பவை எவையெவை?'

'எட்டு விஷயங்கள்: அதாவது உயிர், சொல், நாக்கு, கண், காது, மனம், கை, சருமம் என்பவை புலன்களாகும். இவை வரிசையாகச் சுவாசம், பெயர், சுவை, உருவம், சொல், கோரிக்கை, செயல் ஆகிய எட்டு அனுபவங்களின் வழியாக வாசனை நுகர்வது, பெயர் குறிப்பிடுவது, சுவைப்பது, உருவத்தைக் காண்பது, சொல்லைக் கேட்பது, இன்பம் அனுபவிப்பது, செயல் புரிவது, தொடுவது ஆகியவைகளை உணர்கிறோம்.'

புலன்களைப் பற்றிய யாக்ஞவல்கியரின் இந்த விளக்கத்தைக் கேட்ட பிறகு ஆர்த்தபாகர் கேட்டார்.

'யாக்ஞவல்கியரே! இந்த உலகம் அனைத்துமே மரணத்தின் உணவாகும். எந்தத் தேவனுடைய உணவு மரணமாகும்?'

'நெருப்பு மரணமாகும். அது நீரின் உணவாகும்; நீரினால் மரணத்தை வெற்றி கொள்ள முடியும்.'

'யாக்ஞவல்கியரே! மனிதன் இறக்கும்போது உயிர் அவனுடனே செல்கிறதா, இல்லையா?

'செல்வதில்லை. அது அங்கேயே இருந்து விடுகிறது. அது மூச்சு விடுகிறது. கரகரவென்ற ஒலி எழுப்புகிறது. பிறகு இறந்து விடுகிறது.'

'யாக்ஞவல்கியரே! மனிதன் இறந்துவிட்ட பிறகும் அவனை விட்டுப் பிரியாதது எது?

'பெயர்.'

'மனிதன் இறந்த பின்னர் அவனுடைய சொல் நெருப்பிலும் உயிர் காற்றிலும், கண்கள் சூரியனிலும், மனம் சந்திரனிலும், கேள்வி திசைகளிலும், உடல் மண்ணிலும், ஆன்மா வானத்திலும் கேசம் மருந்து மூலிகைகளிலும் இரத்தமும் வீரியமும் நீரிலும் கலந்து விடுகின்றன. அப்படியானால் இந்த ஜீவன் என்னவாகிறது?

'அன்புள்ள ஆர்த்தபாகரே! வாருங்கள்! நாம் இருவரும் கலந்து இந்த ரகசியத்தை அறிவோம். இந்த மனிதர்களால் அதை அறிய முடியாது.'

பின்னர் இருவரும் கலந்து பேசிக் கொண்டனர். அவர்களிருவர் கூறியிருப்பதெல்லாம் சடங்குகளைக் குறித்துத்தான். அவர்கள் புகழ்ந் திருப்பதெல்லாம் சடங்குகளைத்தான். 'புண்ணிய காரியங்களால்

புண்ணியம் (நல்லது) நடக்கிறது. பாவ காரியங்களால் பாவம் (கெட்டது) கிடைக்கிறது' என்று யாக்ஞவல்கியர் எடுத்துச் சொன்னதுமே ஜாரத்வகாரவ் ஆர்த்தபாகர் மவுனமாகி விட்டார்.

(C) **அஸ்வமேத யாகம் செய்பவர்களின் உலகத்தைப்பற்றி புஜ்யு லாஹ்யாயனியின் கேள்வி:** பின்னர் புஜ்யு லாஹ்யாயினி என்பவர் யாக்ஞவல்கியரைக் கேட்டார். "நாங்கள் மத்ர நாட்டில் சுற்றிக் கொண்டிருந்த பொழுது, 'பதஞ்சல் காப்யர்' என்பவரின் இல்லத்திற்குச் சென்றோம். அவரது மகளைக் கந்தர்வ தேவன் ஒருவன் பிடித்திருந்தான். நான் அந்தக் கந்தர்வ தேவனை 'நீ யார்?' என்று கேட்டேன். 'சுதன்வா அங்கீரஸ்' என்று அவன் பதிலளித்தான். பின்னர் அவனை உலகங்களின் முடிவைக் குறித்துக் கேள்வி கேட்கும் போது 'பரீட்சித்* வம்சத்தைச் சேர்ந்தவர்கள் எங்கே சென்றனர்?' எனக் கேட்டேன். யாக்ஞவல்கியரே! உங்களையும் நான் அதே கேள்வியைக் கேட்கிறேன்."

'அஸ்வமேத யாகம்** செய்பவர்கள் போகும் இடத்துக்குத் தான் பரீட்சித் வம்சத்தினரும் போனார்கள்' என்று யாக்ஞவல்கியர் பதிலளித்தார்.

'அஸ்வமேத யாகம் செய்பவர்கள் எங்கே போகிறார்கள்?'

'யாகம் செய்பவர்கள் காற்றின் வழியாகப் பரலோகத்துக்குப் போகிறார்க'ளென்று யாக்ஞவல்கியர் கூறியதும், லாஹ்யாயனி மவுனமாகிவிட்டார்.

(D) **சர்வாந்தர ஆன்மா பற்றி உஷஸ்தி சாக்ராயணரின் கேள்வி:** உஷஸ்தி சாக்ராயணர் என்பவர் குரு ராஜ்ஜியத்தின் ஒரு புகழ்பெற்ற வேத விற்பன்னர். சாந்தோக்ய உபநிஷத்தில் அவரைப் பற்றிக் கூறியிருப்பதாவது:

"குரு நாட்டில் ஒரு சமயம் பனிக்கட்டி மழை பெய்தது. அப்பொழுது உஷஸ்தி சாக்ராயணர் தனது மனைவியான ஆடிக்கியுடன் 'பிரதாணக்' என்னும் சூத்திரர்கள் வாழ்ந்த கிராமத்தில் இருந்து வந்தார். அவர்

---
* பரீட்சித்: மகாபாரதத்தில் வரும் அர்ஜுனனின் மகன் பரீட்சித் ஆவான் - மொ-ர்.
** அஸ்வமேத யாகம் என்பது ஒரு பெரிய வேள்வியாகும். இதில் ஒரு அரசன் சிறந்த குதிரையொன்றின் தலையில் தனது வெற்றிப் பத்திரத்தைக் கட்டி நாடு முழுவதும் திரிய விட்டுவிடுவான். அதைப் பிடித்து மடக்கும் வேற்றரசன் மேல் படை யெடுப்பான். மற்ற மன்னர்களெல்லாம் அவனது ஆட்சியை ஏற்றுக் கொண்ட பிறகு 'சக்கரவர்த்தி' என்று தன்னைப் பிரகடனப்படுத்திக் கொள்வான். பின்னர் அந்தக் குதிரையைக் கொன்று அதன் கொழுப்பை விட்டு யாகம் செய்வான் - மொ-ர்.

பருப்பு சாப்பிட்டுக் கொண்டிருந்த சூத்திரன் ஒருவனைப் பார்த்துத் தனக்கும் பருப்பு தரும்படி அவனைக் கேட்டார். 'நான் சாப்பிட்டுக் கொண்டிருப்பதைத் தவிர வேறு பருப்பு என்னிடம் இல்லை', என்று அவன் கூற, அதையே கொடுக்கும்படி இவர் கேட்டார். அந்தச் சூத்திரன் கொடுத்துவிட்டான்."

'இப்ய' என்னும் அச்சூத்திரன் உஷஸ்தி சாக்ராயணருக்குத் தண்ணீரும் கொடுக்க விரும்பியபோது, 'அது எச்சில் தண்ணீர்!' என்று சாக்ராயணர் வாங்கிக் கொள்ள மறுத்து விட்டார். 'அப்படியானால் அந்த பருப்பு மட்டும் எச்சில் இல்லையா?' என்று அங்கிருந்த ஒருவர் சாக்ராயணரைக் கேட்டார். 'அதைச்சாப்பிடாமல் நாங்கள் உயிர் வாழ முடியாது. தண்ணீரோ எங்கு வேண்டுமானாலும் சுலபமாகக் கிடைக்கும்' என்று சொல்லி சாக்ராயணர் எஞ்சிய பருப்பைத் தனது மனைவிக்காகக் கொண்டு சென்றார். அவளோ முன்னதாகவே உணவைச் சம்பாதித்துக் கொண்டிருந்ததால், கணவன் கொண்டு வந்ததை அப்படியே எடுத்து வைத்தாள். மறுநாள் சாக்ராயணர் அந்த எச்சில் பருப்பையே சாப்பிட்டுவிட்டுக் குரு மன்னரின் யாகத்திற்குச் சென்றார். மன்னரும் அவருக்கு மிகவும் மரியாதை செலுத்தினார்.

பிறகு சாக்ராயணர் குரு (மீரட் மாவட்டம்) ராஜ்ஜியத்திலிருந்து விதேகத்துக்கு (பீகாரிலுள்ள தர்பங்கா மாவட்டம்) சென்றார். அங்கே ஜனக மன்னர் பெரும் தட்சிணைகள் வழங்கக்கூடிய யாகம் செய்து கொண்டிருந்தார். அங்கே ஆயிரம் பசுக்களை ஓட்டிச் செல்லும் யாக்ஞவல்கியரை அவர் கேட்டதாவது:

"யாக்ஞவல்கியரே! கண்ணெதிரிலேயே இருக்கும் சாட்சாத் பிரம்மம் குறித்தும், எல்லாருக்குள்ளும் இருக்கும் (சர்வாந்தர்) ஆன்மாவைக் குறித்தும் எனக்குத் தெரிவியுங்கள்!"

"உன்னுடைய ஆன்மா சர்வாந்தரமானது (எல்லாவற்றுக்குள்ளும்) இருக்கக் கூடியது."

"யாக்ஞவல்கியரே! எது சர்வாந்தரமானது (எல்லாவற்றுக்குள்ளும் எல்லாருக்குள்ளும் இருக்கக் கூடியது)

"உயிரிலிருந்து சுவாசிப்பது என்னுடைய சர்வாந்தரமான ஆன்மாவாகும்." மூச்சு விடுவதும் வாங்குவதுமான செயல் செய்து கொண்டிருப்பது உன்னுடைய சர்வாந்தரமான ஆன்மாவாகும்.

"இது பசு மாடு, இது குதிரை என்று தெளிவாகக் கூறுவதைப் போல, நீங்கள் சொல்லிய சர்வாந்தர ஆன்மாவான பிரம்மத்தைப் பற்றித் தெளிவாகக் கூறுங்கள்!"

"உன்னுடைய ஆன்மா சர்வாந்தரமானது!"

"சர்வாந்தரமானது எது யாக்ஞவல்கியரே!"

"பார்வையைப் பார்ப்பவனை, நீ பார்க்க முடியாது. சொற்களைக் கேட்பவனின் சொற்களை நீ கேட்க முடியாது. மனத்தில் சிந்தனை செய்பவனை உன்னால் சிந்திக்க முடியாது. அறிந்ததை அறியக் கூடியவர்களை நீ அறிய முடியாது. இதுவே உன்னுடைய சர்வாந்தர மான ஆன்மாவாகும். மற்றவையெல்லாம் அற்பமானவையேயாகும்."

இதைக் கேட்டு உஷஸ்தி சாக்ராயணர் சும்மா இருந்து விட்டார்.

(E) சர்வாந்தர ஆன்மா பற்றி கஹோல் கவுஷீத கேயரின் கேள்வி: அப்பொழுது கஹோல் என்பவர் யாக்ஞவல்கியரைக் கேட்டார்:

"யாக்ஞவல்கியரே! கண்ணுக்கெதிரிலுள்ள பிரம்மம் பற்றியும், சர்வாந்தரமான ஆன்மா பற்றியும் சொல்லுங்கள்!"

"உன்னுடைய ஆன்மா சர்வாந்தரமானது."

"யாக்ஞவல்கியரே! எது சர்வாந்தரமானது?"

"சர்வாந்தரமானது என்பது பசி, தாகம், துன்பம், மோகம், முதுமை, மரணம் ஆகியவைகளைக் கடந்தது. இந்த ஆன்மாவை அறிந்து கொள்வதால்தான், பிராமணர்கள் குழந்தைகள் பாசத்தையும், செல்வ ஆசையையும், புகழாசையையும் விட்டு, வீட்டைத் துறந்து, துறவிகளாகிவிடுகின்றனர். குழந்தைகள் மீதுள்ள பாசமே செல்வ ஆசையாகும். செல்வ ஆசையே உலகின் மேலுள்ள பற்றாகும். இரண்டுமே கோரிக்கைளேயாகும். ஆகவே பிராமணன் புலமையை விட்டுக் குழந்தையின் அப்பாவித்தனத்துடன் வாழ வேண்டும். அப்பாவித்தனத்தையும், புலமையையும், மௌனத்தையும் விட்டு முனிவர்கள் மீண்டும் பிராமணர்கள் ஆகின்றனர். பிராமணன் என்பவன் இப்படித்தான் ஆகிறானே தவிர, வேறுவிதமாக அல்ல."

இதைக் கேட்ட பிறகு கஹோல் கவுஷீதகேயர் மவுனமாகி விட்டார்.

(F) கார்க்கி வாசக்னவி (பிரம்ம லோகம், அழிவற்றது): கி.மு. ஆறாம், ஏழாம் நூற்றாண்டுகளில் பெண்கள் அடுப்படியிலிருந்து விடுதலை பெற்று வெளியுலகத்திலும் முன்னேறுவதற்கான வாய்ப்பைப் பெற்றிருந்தனர் என்பது, மைத்ரேயினைப் போலவே, கார்க்கியும் யாக்ஞவல்கியரைக் கேட்ட கேள்விகளினால் தெரிய வருகிறது.

அக்காலத்துப் பெண்கள் முக்காடிட்டுக் கொள்வதிலும், சமுதாய அடிமைத் தளைகளிலும் அவ்வளவாகச் சிக்கிக் கொள்ளவில்லை.

"யாக்ஞுவல்கியரே! இந்த உலகம் அனைத்தும் நீரில் இரண்டறக் கலந்திருக்கிறது. நீர் எதிலே இரண்டறக் கலந்திருக்கிறது?"

"காற்றிலே கலந்திருக்கிறது, கார்க்கி!"

"காற்று எதிலே இரண்டறக் கலந்திருக்கிறது?"

"அது வான வெளி உலகங்களில் கலந்திருக்கிறது, கார்க்கி!"

பின்னர் இதேபோன்றதொரு கேள்விக்குப் பதிலளிக்கும்போது யாக்ஞுவல்கியர் "காந்தர்வ லோகம், சூரிய லோகம், சந்திர லோகம்,* நட்சத்திர உலகம், தேவருலகம், இந்திர லோகம், பிரஜாபதி உலகம், பிரம்ம லோகம் இவைகளில் முன்னது பின்னதில் இரண்டறக் கலந்திருக்கின்ற"தென்று கூறினார். பிரம்ம லோகத்தில் எல்லாமே கலந்திருக்கின்றன என்று அவர் சொன்னபோது கார்க்கி கேட்டாள்:

"பிரம்ம லோகம் எதிலே இரண்டறக் கலந்திருக்கிறது?"

இந்தக் கேள்வியினால் யாக்ஞுவல்கியர் ஆத்திரமடைந்து விட்டார். "கேள்வியின் எல்லையைத் தாண்டிப் போகாதே! போனால் உன் தலை விழுந்துவிடும். கேள்வியின் எல்லையைக் கடக்க முடியாத தேவனைப் பற்றி, நீ அதிகப் பிரசங்கித்தனம் செய்து கொண்டிருக்கிறாய்? கார்க்கி, அதிகப் பிரசங்கித்தனமாகக் கேள்வி கேட்காதே!"

அப்பொழுது கார்க்கி வாசக்னவி மவுனமாகிவிட்டாள்:

இதற்குப் பிறகு உத்தாலக ஆருணியின் கேள்வி வருகிறது. கார்க்கி கேட்ட கேள்வியின் இரண்டாம் பகுதியையும் தந்துவிட்டு யாக்ஞுவல்கியரின் கருத்துக்களை அறிந்து கொள்ள ஆருணியின் பெயரிலுள்ள கேள்விகளையும் கவனிப்போம்.

அப்பொழுது கார்க்கி வாசக்னவி கூறினாள்:

"பிராமணத் தேவர்களே! இப்பொழுது நான் யாக்ஞுவல்கியரை இரண்டு கேள்விகள் கேட்கிறேன். அவற்றுக்கு அவர் சரியான பதில் களைச் சொல்லிவிட்டால், உங்களில் எவருமே அவரை பிரம்ம ஞானத்தில் வெற்றி கொள்ள இயலாது."

---

* சந்திர லோகம்: சந்திர லோகம் சூரிய லோகத்தைவிட அப்பால் இருக்கிறதென்றும், மகத்தானதென்றும் தெரிவித்திருப்பதால் பிரம்மஞானியான யாக்ஞுவல்கியருக்கு விஞ்ஞானத்தின் ஆரம்பப் பாடம் கூடத் தெரியாது என்பது நிரூபணமாகிறது- ராகுல்ஜி. இங்கு ராகுல்ஜியின் நையாண்டி கவனிக்கத்தக்கது மொ-ர்.

"கேள் கார்க்கி!" என்று யாக்ஞுவல்கியர் சொன்னார்.

"யாக்ஞுவல்கியரே! காசி அல்லது விதேக ராஜ்ஜியத்தின் படை வீரனொருவன் வில்லை வளைத்து, கையில் இரண்டு அம்புகளை ஏந்தி நிற்பது போல், நான் உங்கள் முன்னே இரண்டு கேள்விகளைக் கொண்டு நின்றுள்ளேன். அவைகளுக்குப் பதிலளியுங்கள்!"

"கேள் கார்க்கி!"

"யாக்ஞுவல்கியரே! நட்சத்திர லோகத்துக்கு மேலேயும் பூமிக்குக் கீழேயும் இவ்விரண்டுக்கும் இடையேயும் இருப்பதும், சென்ற காலம், நிகழ்காலம், எதிர்காலம் என்று சொல்லப்படுவதுமானது எதிலே இரண்டறக் கலந்திருக்கிறது?"

"அது வானத்தில் இரண்டறக் கலந்திருக்கிறது."

"எனக்குக் கூறிய பதிலுக்காக வணக்கம் தெரிவிக்கிறேன். யாக்ஞுவல்கியரே! இப்பொழுது இரண்டாவது கேள்வியைக் கேட்கட்டுமா?"

"கேள் கார்க்கி!"

"வானம் எதிலே இரண்டறக் கலந்திருக்கிறது?"

"கார்க்கி! இதைத்தான் பிராமணர்கள் 'அழிவில்லாதது' என்று குறிப்பிடுகின்றனர். அது பெரிதானதோ, அணுவைப் போன்றதோ, குறுகியதோ, நீண்டதோ, செந்நிறமானதோ, மிருதுவானதோ அல்ல. அது நிழலோ, இருட்டோ, காற்றோ, 'வானமோ, நட்போ, சுவையோ, வாசனையோ அல்ல. அது கண்ணாலோ, காதாலோ, சொல்லாலோ, மனத்தாலோ அறியப்படுவதல்ல. அது நெருப்பானதோ, உயிரானதோ, முகமானதோ, அளவுடையதோ, உட்புறமானதோ வெளிப்புறமானதோ அல்ல. அது எதையுமே உண்பதில்லை; எதுவுமே அதை உண்ண முடியாது. கார்க்கி! இந்த 'அழிவில்லாத'தின் ஆட்சியாலேயே சூரிய, சந்திரர்கள் நிலைத்திருக்கின்றனர். இதன் ஆட்சிலேயே நட்சத்திரங்களும், பூமியும், வேளைகளும், இரவும், பகலும், மாதமிருமுறையும், மாதங்களும், பருவங்களும், வருடங்களும் நின்று நிலைத்திருக்கின்றன. இந்த 'அழிவில்லாத'தின் அதிகாரத்துக்குட்பட்டே வெள்ளைப் பனி மலைகளிலிருந்து (இமயங்களிலிருந்து) கிழக்கே பாயும் நதிகளும், மேற்கே பாயும் நதிகளும் அந்தந்தத் திசைகளில் பிரவகிக்கின்றன. இதன் ஆதிக்கத்தினாலேயே மனிதர் தானமளிப்பவர்களையும் தேவர் எஜமானர்களையும் புகழ்ந்துரைக்கின்றனர். இந்த 'அழிவில்லாத'தை அறியாமல் இந்த உலகத்தில் கேள்விகள் வளர்ப்பதும், யாகங்கள் செய்வதும், பல்லாயிரமாண்டுகள் தவம் புரிவதும் வீணே! கார்க்கி!

இதை அறிந்து கொள்ளாமல் இந்த உலகத்தை விட்டுப் பயணமாகிறவன் பரிதாபத்துக்குரியவன். இந்த 'அழிவில்லாதது' பார்க்காததைப் பார்ப்பதும், கேட்காததைக் கேட்பதும், சிந்திக்காததைச் சிந்திப்பதும், அறியாததை அறிவிப்பதாகும். அதைக் காட்டிலும் வேறு கேட்கக் கூடியதோ, தெரிவிக்கக்கூடியதோ எதுவுமே இல்லை. கார்க்கி! இந்த 'அழிவில்லாத'திலேயே வானம் இரண்டறக் கலந்திருக்கிறது."

இதைக் கேட்ட வாசக்னவி மவுனமாகி விட்டாள்.

இரண்டு பகுதிகளாக யாக்ஞவல்கியர் கார்க்கிக்கு அளித்த பதிலில் 'இந்த உலகம் எதிலே இரண்டறக் கலந்திருக்கிறது' என்பதே விளக்கப்பட்டிருக்கிறது.

(G) தேவர்களின் நிலை குறித்து விதக்த சாகல்யரின் கேள்வி: யாக்ஞவல்கியரைக் கடைசியாகக் கேள்வி கேட்பவர் விதக்த சாகல்யராவார். அவருடைய கேள்வி வேத காலத்துக் கடவுள்களைப் பற்றியதாகும்.

"கடவுள் எத்தனை பேர்?"

"முப்பத்தி மூவர்"

"அவர்கள் யார் - யார்?"

"வசுக்கள் என்னும் எட்டுபேர், ருத்திரர்கள் பதினொரு பேர், சூரியர் பன்னிரண்டு பேர்- இவர்கள் எல்லாரையும் சேர்த்தால் முப்பத்தியொரு பேராகிறார்கள். இவர்களுடன் இந்திரனையும், பிரம்மாவையும் சேர்த்தால் முப்பத்தி மூவராகின்றனர்."

பின்னர் இவ்வைதீகக் கடவுள்களைக் குறித்துப் பல கற்பனைகள் செய்யப்பட்டுள்ளன. இறுதியாக சாகல்யர் கேட்டார்.

"எதிலே நீயும் ஆன்மாவும் நிறைந்திருக்கிறீர்கள்?"

"உயிரிலே"

"உயிர் எதிலே நிறைந்திருக்கிறது?"

"பிராண வாயுவிலும், சுவாசக் காற்றிலும் உயிர் நிறைந்திருக்கிறது."

"பிராண வாயு எதிலே நிறைந்திருக்கிறது?"

"அது பொது ஆன்மாவில் நிறைந்திருக்கிறது. அது உணர முடியாதது; உடைய முடியாதது; மறையாதது. நான் உன்னை உபநிஷத்துக்கள் கூறிய அந்தப் புரிய முடியாத புருஷனைப் பற்றிக் கேட்கிறேன்! அதை நீ சொல்லவில்லையென்றால், 'உன் தலை கீழே

உருண்டு விடும். 'சாகல்யரால் அதைப் புரிய வைக்க முடியாது போனதால், அவரது தலை கீழே உருண்டு விட்டது. அவர் இறந்து விட்டாரென்பதை உணர்ந்து, மற்றவர்கள் அவருடைய எலும்புகளை எடுத்துச் சென்றுவிட்டனர்."

பிரம்மத்தைப் பற்றிய விவாதத்தில் சாகல்யரின் சோகமான முடிவைக் கண்டு, யாக்ஞவல்கியர் கூறினார்:

"பிராமணத் தேவர்களே! உங்களில் விரும்பியவர்கள் என்னைக் கேள்வி கேட்கலாம் அல்லது எல்லோரும்கூட விரும்பினால் கேள்வி கேட்கலாம். அதே போல் உங்களில் எவரையாவது நான் கேள்வி கேட்பேன் அல்லது எல்லாரையும்கூடக் கேள்வி கேட்பேன்."

பாவம், அந்தப் பிராமணர்களுக்குத் தைரியம் ஏற்படவில்லை.

(H) எல்லா இடத்திலும் நிறைந்துள்ளவனைப் பற்றிய கேள்வி: ஆருணியின் பெயரால் யாக்ஞவல்கியரைக் கேள்வி கேட்பவரைக் குறித்து நமக்குத் தெரியவராவிட்டாலும் அவரது தத்துவத்தை அறிந்து கொள்ள அதுவும் நமக்கு அவசியமானதாகும்:

"நான் அவற்றை அறிவேன். அந்த நூலையும்; எங்கும் நிறைந்த வனையும் (சர்வாந்தர்யாமியையும்) அறியாமல், பிராமணர்களின் பசுக்களை ஓட்டிச் சென்றால், உனது தலை கீழே உருண்டுவிடும்."

"அந்த நூலையும், அந்த எங்கும் நிறைந்தவனையும் நான் அறிவேன், கவுதமரே!"

"நீ அறிந்ததை அப்படியே சொல்!"

"அப்பொழுது யாக்ஞவல்கியர் சொன்னார். 'ஓ கவுதமரே! அந்த நூல் காற்றாகும். அந்த நூலினால் இவ்வுலகமும், மறு உலகமும், எல்லா உயிர்களும் கோர்க்கப்பட்டிருக்கின்றன. அதனாலேயே இறந்தவனைக் குறித்து 'இவனுக்குக் காற்றின் தொடர்பு அறுந்து விட்டது' என்கின்றனர்."

"அது சரி யாக்ஞவல்கியரே! இனி எங்கும் நிறைந்திருப்பவனைப் பற்றிக் கூறுங்கள்!"

"பூமியில் இருந்தாலும் பூமியிலிருந்து வேறானவர் பூமியினால் அறியப்படாதவர், பூமியை உடலாகக் கொண்டவர், பூமியை உள்ளிருந்தே கட்டுப்படுத்தும் எங்கும் நிறைந்தவர். அவரே எங்கும் நிறைந்த அமுத மயமான உன்னுடைய ஆன்மாவாகும்."

"நீரிலும், நெருப்பிலும், வானவெளியிலும், காற்றிலும், நட்சத்திர மண்டலத்திலும், சூரியனிலும், திசைகளிலும், சந்திரனிலும்,

வானத்திலும், இருட்டிலும், ஒளியிலும், எல்லா உயிர்களிலும், சொல்லிலும், பார்வையிலும், கேள்வியிலும், மனத்திலும், ஸ்பரிசத்திலும், ஜீவனிலும், வீரியத்திலும் நிறைந்திருந்தாலும், அவற்றிலிருந்து வேறுபட்டவரும், வீரியம் அறியாதவரும், வீரியத்தையே உடலாகக் கொண்டவரும், வீரியத்துக்குள்ளேயே இருப்பவரும்கூட உன்னுடைய அழிவில்லாத ஆன்மாவேயாகும். அது காணாததைக் காண்பதும் அறியாததை அறிவிப்பதும் ஆகும்! இதைக் காட்டிலும் வேறு ஒரு காது கொடுத்துக் கேட்பவரும், சிந்தனையாளரும் அறிவிப்பாளரும் எவருமில்லை. உனது இந்த ஆன்மாதான் எங்கும் நிறைந்த அழிவில்லாததாகும். இது தவிர மற்றவையெல்லாம் துச்சமானவையே!"

(ங) ஜனகருக்கு உபதேசம்: விவாத மன்றக் கூட்டத்திற்குப் பிறகும் யாக்ஞவல்கியரும், தத்துவ இயலை மிகவும் விரும்பக்கூடியவரான விதேக மன்னர் ஜனகரும் அடிக்கடி சந்தித்துக் கொண்டிருந்தனர். இச்சந்திப்புக்களில் நடந்த தத்துவ சம்பாஷணைகள் பிரகதாரண்யக உபநிஷத்தின் நான்காம் அத்தியாயத்தில் விவரிக்கப்பட்டுள்ளன:

"விதேக மன்னர் ஜனகர் அமர்ந்திருந்த இடத்துக்கு யாக்ஞவல்கியர் வந்து சேர்ந்தார். அவரை ஜனகர் கேட்டார்:

'எதற்காக இங்கே வந்தீர்கள்? பசுக்களுக்காகவா அல்லது வேறு ஏதாவது சூட்சும விஷயத்துக்காகவா?'

'இரண்டுக்காகவும் வந்திருக்கிறேன் அரசே! மற்றவர்கள் உங்களுக்குச் சொல்லியதையும் நான் கேட்க விரும்புகிறேன்!"

'சொல் பிரம்மம்' என்று ஜித்வா ஷைலனி எனக்குக் கூறினார்.

'தாய் தந்தையரும், ஆசாரியரும் கூறுவதைப் போன்றே சொல் பிரம்மம் என்று ஷைலனியும் கூறியிருக்கிறார். அவர் உங்களுக்கு அதன் நிலையைப் பற்றிச் சொன்னாரா?'

'சொல்லவில்லையே!'

'அது ஒரு காலுடையது அரசே!'

'அதைப்பற்றி எனக்குத் தெரிவியுங்கள் யாக்ஞவல்கியரே!'

'சொல் இடமாகும். வானம் நிலையாகும். அவற்றை மதித்து வழிபடுங்கள்!'

'மதித்தல் என்றால் என்ன யாக்ஞவல்கியரே!'

"சொல்லேதான் அரசே! சொல்லால்தான் பிரம்மம் அறியப் படுகிறது. அதனால்தான் ரிக்வேதம், யஜுர்வேதம், சாமவேதம்,

அதர்வண வேதம், வரலாறு, புராணங்கள், கல்வி, உபநிஷத் சுலோகங்கள், சூத்திரங்கள், விளக்கங்கள், விரிவுரைகள், சமர்ப்பணங்கள், இவ்வுலகம், மறுஉலகம், உயிர்கள் அனைத்தும்கூட அறியப்படுகின்றன. அரசே! சொல் பரப்பிரம்மமாகும். இதை உணர்ந்து தொழுபவனைச் சொல் கைவிடாது. பஞ்ச பூதங்களும் அவனுக்குப் போகபாக்கியங்களைத் தரும். அவனும் தேவனாகித் தேவர்களிடையே போய்ச் சேருவான்.'

'உனக்கு ஆயிரம் யானைகளும், காளைகளும் தருகிறேன்!' என்று வைதேக ஜனகர் கூறினார்.

'உபதேசம் இல்லாமல் தானம் பெறக்கூடாதென்று எனது தந்தை சொல்லுவார். ஆகவே உங்களுக்கு மற்றவர்கள் கூறிய விஷயங்களை நான் கேட்க விரும்புகிறேன்.' என்றார் யாக்ஞவல்கியர்.

'உயிர்தான் பிரம்மம்' என்று உதங்க சௌல்வாயனர் எனக்குச் சொன்னார்.

'தாய் தந்தையரும், குருவும் சொல்லியிருப்பதைப் போன்றே சௌல்வாயனரும் உயிர்தான் பிரம்மம், என்று சொல்லியிருக்கிறார் அவர் 'நிலை'யைக் குறித்து ஏதாவது சொன்னாரா?'

'சொல்லவில்லை.'

'ஆயிரம் யானைகளும், காளைகளும் தருகிறேன்' ஜனகர் மேலும் கூறினார்.

'பார்வைதான் பிரம்மம் என்று வர்க்கு வார்ஷ்ணு என்னிடம் கூறினார்.'

'கேள்விதான் பிரம்மம்' என்று கர்த்தபி விபதி பாரத்வாஜர் எனக்குச் சொன்னார்.

'மனம்தான் பிரம்மம்' என்று சத்யகாம ஜாபாலர் எனக்குக் கூறினார்.

'இதயம்தான் பிரம்மம்' என்று விதக்த சாகல்யர் எனக்குச் சொன்னார்.

'ஆயிரம் யானைகளும், காளைகளும் தருகிறேன்'

'உபதேசம் பெறாமல் தானம் பெறக் கூடாதென்று எனது தந்தை சொல்வார்,' என்றார் யாக்ஞவல்கியர்.

மறுமுறை யாக்ஞவல்கியர் ஜனகரைக் காணச் சென்றபோது, அவர் தாடியை நீவியபடியே, 'வணக்கம் யாக்ஞவல்கியரே, எனக்கு உபதேசம் செய்யுங்கள்!' என்று கேட்டார்.

'அப்படியே அரசே! நீண்ட தூரப் பிரயாணத்துக்குப் புறப்படும் ஒருவன், தேரோ ஓடமோ பிடிப்பதைப்போல் இவ்வுபனிஷதத்துக் களின் தத்துவ உபதேசங்களால், உங்கள் ஆன்மாவின் சந்தேகங்கள் தீர்ந்துவிட்டன. இவ்விதமாகத் தேவரும், செல்வரும், வேதங்களைப் படித்தவரும், உபநிஷத்துக்களைக் கேட்டவருமான நீங்கள் இங்கிருந்து புறப்பட்டு எங்கே செல்கிறீர்கள்?'

'எங்கே செல்வேனென்று எனக்குத் தெரியாது.'

'அப்படியானால் நீங்கள் செல்லும் இடத்தை நான் தெரிவிக்கிறேன்'

'தெரிவியுங்கள்!'

அப்பொழுது யாக்ஞவல்கியர் கண்களிலிருந்தும், இதயத்தி லிருந்தும் ஆயிரம் பகுதிகளாக மேல் நோக்கிச் செல்லும் கேசங்களைப் போன்ற மிகச் சிறிய 'ஹிதா' என்னும் நாடிகளைக் குறிப்பிட்டு, 'உயிர்' நாலாத் திசைகளிலும் பரவியிருக்கிறதென்று கூறி, 'ஜனகரே! உங்களுடைய ஆன்மா யாராலும் எடுத்துக் கொள்ள முடியாதது. எதிலேயும் கலக்காதது. இப்பொழுது நீங்கள் அபயம் (அச்சமில்லா நிலையை) அடைந்து விட்டீர்கள்!' என்று சொல்லி முடித்தார்.

'நீங்களும் அபயம் அடைய வேண்டும் யாக்ஞவல்கியரே! நீங்களும் எனக்கு அச்சமில்லா நிலையைத் தெரிவித்துக் கொண்டிருக் கிறீர்கள். உங்களுக்கு வணக்கம்! இந்த விதேக ராஜ்ஜியமும், நானும் உங்களுக்குச் சொந்தமானவர்களே!'

(A) ஆன்மா, பிரம்மம், உறக்கநிலை: வைதேக அரசர் ஜனகரிடம் யாக்ஞவல்கியர் சென்றார். ஜனகரும், யாக்ஞவல்கியரும் வேள்வியின் போது சந்தித்துக் கொண்டபோது, யாக்ஞவல்கியர் ஜனகருக்கு வரம் தந்தார். ஜனகர் தனது விருப்பப்படி கேள்வி கேட்கும் வரம் கேட்டார். யாக்ஞவல்கியரும் அளித்தார். அரசரே முதலில் கேள்வி கேட்டார்.

'யாக்ஞவல்கியரே! இந்த மனிதன் எந்த ஒளியுடையவன்?'

'சூரிய ஒளியுடையவன். அரசே, சூரிய ஒளியினாலேயே அவன் காரியங்கள் ஆற்றுகிறான்.'

'நீங்கள் கூறுவதுதான் சரி, யாக்ஞவல்கியரே! சூரியன் மறைந்து விட்ட பிறகு, மனிதன் எந்த ஒளியுடையவனாகிறான்?'

'சந்திர ஒளியுள்ளவனாகிறான். பின்னர் நெருப்பு ஒளியுள்ளவனா கிறான். சொல்... பிறகு ஆன்மா ஒளியுள்ளவனாகிறான், அரசே! ஆன்மா என்னும் ஒளியினாலேயே அவன் காரியங்கள் ஆற்றுகிறான்.'

'எந்த ஆன்மா?'

'உயிருக்குள் விஞ்ஞான மயமாகவும், இதயத்தில் உள்ளொளியாகவு முள்ள புருஷனே, சமமாக இரண்டு உலகங்களிலும் சுற்றித் திரிகிறான். அவன் கனவுகள் காண்பவனாகி, இவ்வுலகத்தின் மரண உருவங்களைக் கடந்து செல்கிறான். அவன் மனிதனாகப் பிறந்து உடலில் கலந்து பாவத்தில் மூழ்கியிருக்கிறான். சாகுந் தறுவாயில் பாவத்தை விட்டொழிக்கிறான். இந்த மனிதனுக்கு இரண்டு இருப்பிடங்களே உள்ளன- ஒன்று இவ்வுலகம், இரண்டு மறு உலகம் மூன்றாவது- இரண்டையும் இணைக்கும் கனவுலகமாகும். அங்கே இருந்து அவன் இரு உலகங்களையும் பார்க்கிறான். பாவம், மகிழ்ச்சி இரண்டையும் பார்க்கிறான். உறங்கும்போது அவன் இவ்வுலகையெல்லாம் தன்னுடன் கொண்டு சென்று, தானே அமைத்துக் கொண்ட ஒளியுடன் உறங்கு கிறான். அங்கே அவன் சுய ஒளியாகி விடுகிறான். அங்கே கனவில் தேர்களும் இருப்பதில்லை; குதிரைகளும் இருப்பதில்லை; பாதைகளும் இருப்பதில்லை; ஆனால் தேர்களையும், குதிரைகளையும், பாதை களையும் சிருஷ்டிக்கிறான். மகிழ்ச்சிகளைச் சிருஷ்டிக்கிறான். அங்கே வீடுகளோ, குளங்களோ, ஆறுகளோ இருப்பதில்லை என்றாலும் அவைகளை அவன் படைத்துக் கொள்கிறான். விழிப்பு நிலையில் காண்பவற்றை அவன் கனவிலும் பார்க்கிறான். இப்படியாக அவன் அங்கே சுய ஒளியுள்ளவனாகிறான்.'

'நான் உங்களுக்கு மேலும் ஆயிரம் யானைகளும், காளைகளும் தருகிறேன். மோட்சத்தைக் குறித்து எனக்கு இன்னும் தெரிவியுங்கள்!'

'ஒரு பெரிய மீன் ஆற்றின் இரு கரைகளிலும் நீந்தித் திரிவதைப் போன்று, இந்த ஜீவனும் கனவுக் கரையிலும், விழிப்புக் கரையிலும் சுற்றித் திரிகிறான். வானத்தில் பருந்தோ கருடனோ பறந்து பறந்து களைத்துப்போய், இறக்கைகளைக் கூட்டி கூட்டை நோக்கி வருவதைப் போல், இந்த ஜீவனும் அந்த முடிவை நோக்கி விரைகிறான். அங்கே அவன் உறக்கத்தில் எந்த சுகத்தையும் கோருவதில்லை. எவ்விதக் கனவும் காண்பதில்லை; அவனுக்குக் கேசங்களைப் போன்ற மிகச் சிறிய ஆயிரக்கணக்கான நீலம், மஞ்சள், பச்சை, சிவப்பு நிற ரகங்கள் நிறைந்த 'ஹிதா' என்னும் நாடிகள் இருக்கின்றன. அவன் தேவனைப்போல், அரசனைப்போல் இருக்கக்கூடிய இடங்களில், பள்ளத்தில் விழுவதைப் போன்று போய் விழுகிறான். அங்கே அவன், 'இதுவெல்லாம் நானே! நான்தான் எல்லாம்!' என்று உணர்கிறான். அந்த இடம் ஜீவனின் பரம உலகமாகும். ஒரு ஆண் அன்புக்குரியவளை இறுக அணைத்துக் கொண்டு தன்னையும் வெளியுலகத்தையும் மறந்தே விடுவதைப்போல, இந்த ஜீவனும் பிரம்மத்தில் கலந்து, தன்னைக் குறித்த அறிவையும், புற உலக அறிவையும் இழந்து விடுகிறான். அவன் பிரம்மத்தின்

உருவமாகிறான். இங்கே தந்தை, தந்தை அல்லாதவனாகவும், தாய், தாய் அல்லாதவளாகவும், உலகம் உலகமல்லாததாகவும், தேவர்கள் தேவர்களல்லாதவர்களாகவும் வேதங்கள் வேதங்களல்லாதவையாகவும் ஆகிவிடுகின்றன. இங்கே திருடன் திருடாதவனாகவும், கருவைச் சிதைப்பவன் கருவைச் சிதைக்காதவனாகவும், தாழ்த்தப்பட்டவன் தாழ்த்தப்படாதவனாகவும், சமணர் சமணரல்லாதவராகவும், தவசிகள் தவசிகளல்லாதவராகவும், புண்ணியமோ பாவமோ அற்றவர்களாகவும் ஆகிவிடுகின்றனர். அப்பொழுது அந்த ஜீவன் இதயத்தின் எல்லா வேதனைகளையும் கடந்து விட்டிருப்பான். காணும் சக்தி படைத்தவர் களும் அங்கே அவனைக் காண மாட்டார்கள். ஆன்மா அழிவற்றதா தலால், அதன் பார்வையும் அழிவதில்லை. அவனிலிருந்த வேறுபட்ட தெதுவுமே இல்லாததால், அவன் எதையுமே பார்ப்பதில்லை. அங்கே அடுத்தவன் தன்னைப் போலவே இருப்பான். அவனையே பார்ப்பதும், வாசனை பார்ப்பதும், சுவைப்பதும், பேசுவதும், கேட்பதும், இணைவதும், தொடுவதும், அறிவதும்... பார்ப்பவன் அங்கே ஒரு வேற்றுமையில்லாதவனாகி விடுகிறான்; பிரம்ம லோகம் அதுவேதான் அரசே!"

(B) பிரம்மலோக ஆனந்தம்: பிரம்ம லோகத்திலுள்ள ஆனந்தத்தை யாக்ஞவல்கியர் கீழ்க்கண்டவாறு விவரித்துள்ளார்:

"மனிதர்களில் திருப்தியும், செல்வநிலையும் உள்ளவன், மற்றவர் களுக்கு எஜமானனாக இல்லாவிட்டாலும் எல்லா சுகபோகங்களும் நிறைந்தவன், அப்படிப்பட்ட ஒருவனுக்கு இந்த பிரம்மலோக ஆனந்தமே, மனிதர்களின் பரமானந்தமாகும். அப்படிப்பட்ட நூறு மனிதர்களின் ஆனந்தம் ஒரு பிதுரர் ஆனந்தத்திற்குச் சமமாகும். இதேபோல்,

100 பிதுரர்களின் ஆனந்தம் = 1 கந்தர்வலோக ஆனந்தம்

100 கந்தர்வ லோகங்களின் ஆனந்தம் = 1 கர்ம தேவனின் ஆனந்தம்

100 கர்மதேவர்களின் ஆனந்தம் = 1 ஆஜான தேவனின் ஆனந்தம்

100 ஆஜான தேவர்களின் ஆனந்தம் = 1 பிரஜாபதி உலகத்தின் ஆனந்தம்

100 பிரஜாபதி உலகங்களின் ஆனந்தம் = 1 பிரம்மலோக ஆனந்தம்

பின்னர் முடிவுரையாக, "இந்தப் பரமானந்தமே பிரம்மலோக மாகும் அரசே!" என்றார் யாக்ஞவல்கியர்.

'நான் உங்களுக்கு ஆயிரம் யானைகளும், காளைகளும் தருகிறேன். மோட்சத்தைப் பற்றி மேலும் சொல்லுங்கள்!"

'இந்த ஆன்மா கனவிலே இன்பம் துய்த்து, நிறைந்த புண்ணிய பாவங்களைப் பார்த்துப் பின்னர் விதிமுறைகளின்படி விழிப்பு நிலையை அடைகிறது. அரசன் தம்மை நோக்கி வருவதைக் கண்ட படைவீரனும், தேரோட்டியும், கிராமத் தலைவனும், 'அரசர் வருகிறார்' என்று சொல்லி, அவருக்கு உணவு, உறைவிடம் போன்ற வசதிகள் செய்து கொடுப்பதைப் போல, எல்லா ஜீவன்களும் ஞானியைக் கண்டு, 'பிரம்மம் வருகிறார்' என்று எல்லா மரியாதை களும் செய்கின்றனர்.'

(ச) மைத்ரேயிக்கு உபதேசம்: யாக்ஞவல்கியருக்கு இரண்டு மனைவிகள்: மைத்ரேயி, காத்யாயனி. அவர் துறவறம் பூண்டு வீட்டை விட்டு வெளியேறும்போது சொத்துப் பிரிவினை செய்வது பற்றி யாக்ஞவல்கியர் குறிப்பிட்டபோது "அன்பரே! செல்வம் நிறைந்த இந்த உலகமெல்லாம் எனக்குச் சொந்தமாகி விட்டால் மோட்சம் பெறுவேனா, இல்லையா?" என்று கேட்டாள்.

"பெற முடியாது. உலகிலுள்ள மற்ற செல்வர்களின் வாழ்க்கையைப் போலவே உன்னுடைய வாழ்க்கையும் இருக்கும். ஆனால் முக்திபெற முடியுமென்ற நம்பிக்கை இல்லை."

"எனக்கு முக்தி அளிக்க இயலாத சொத்தைக் கொண்டு நான் என்ன செய்ய? நீங்கள் அறிந்த விஷயங்களை எனக்குச் சொல்லுங்கள்!"

யாக்ஞவல்கியர் கூறினார்: "என் பிரியத்துக்குரியவளான நீ எல்லாவற்றையும்விட பிரியமானதையே கேட்டிருக்கிறாய்! அப்படியே சொல்கிறேன். நான் சொல்வதைக் கவனமாகக் கேள்! கணவனுடைய கோரிக்கைக்காக, கணவன் அன்பிற்குரியவனாக இருப்பதில்லை; மனைவியின் கோரிக்கைக்காக, மனைவி அன்பிற்குரியவாக இருப்ப தில்லை; கணவனின் சுகபோகத்திற்காகவே, மனைவி அன்பிற்குரிய வளாகிறாள். மக்கட்பேறு, செல்வம், பசுக்கள், பிரம்மம், பலம், உலகம், கடவுள், வேதங்கள், உயிர்கள்- இவற்றின் கோரிக்கைக்காக எல்லாப் பொருட்களும் பிரியமானவையாக இருப்பதில்லை; நமது கோரிக்கைக் காகவே அவை பிரியமானவையாகின்றன. ஆன்மா ஒன்றே பார்க்கத் தகுந்ததும், கேட்கத் தகுந்ததும், சிந்திக்கத் தகுந்ததும், தியானிக்கத் தகுந்ததும் ஆகும். ஆன்மா பார்க்க முடிந்ததாக, கேட்க முடிந்ததாக, சிந்திக்க முடிந்ததாக, அறிய முடிந்ததாக ஆனால், இவ்வுலகத்தை யெல்லாம் உணர்ந்து கொள்ளலாம். பிரம்மம் ஆன்மாவிலிருந்து வேறுபட்டதென்று நினைப்பதைப் பிரம்மம் துடைத்தெறிந்து விடுகிறது. இநத் ஆன்மாவே பிரம்மமும், பலமும் உலகமும், கடவுளும், வேதங்களும், உயிர்களும் எல்லாமும். அனைத்து நீர் நிலைகளுக்கும்

கடல் இருப்பிடமாக இருப்பதைப் போன்று, எல்லா ஸ்பரிசங்களுக்கும் சருமம், வாசனைகளுக்கெல்லாம் மூக்கு, சுவைகளுக்கெல்லாம் நாக்கு, உருவங்களுக்குக் கண், சொற்களுக்குக் காது, முடிவுகள் செய்து கொள்வதற்கு மனம், கல்விகளுக்கு இதயம், செயல்களுக்குக் கரம், மகிழ்ச்சிக்கு பிறப்புறுப்பு, பாதைகளுக்குக் கால்கள், வேதங்களுக்குச் சொல்- ஆகியவை இருப்பிடங்களாகும். ஒரு உப்புக் கல் உள்ளும் புறமும், மேலும் கீழும் எல்லாப் பகுதியிலும் உவர்ப்பாக இருப்பதைப் போல, 'நான்' என்னும் ஆன்மாவும் உள்ளும் புறமும் எல்லாப் பாகத்திலும் ஞானமயமானதேயாகும். இந்த உடலின் உயிரிலிருந்து மேலெழுந்து, அதற்குப் பின்னரே இது மறைகிறது."

"இங்கு வந்து நீங்கள் என்னை மோகத்தில் ஆழ்த்தி விட்டீர்கள்! இதை என்னால் புரிந்து கொள்ள முடியவில்லை" என்றாள் மைத்ரேயி.

யாக்ஞவல்கியர் விளக்கினார். "நான் மோகம் குறித்துக் கூறவில்லை. ஆன்மா அழிவில்லாதது. வெவ்வேறாக இருந்தால் தான் ஒன்றையொன்று பார்க்க முடியும். ஒன்றையொன்று வாசனை பார்ப்பதும், சுவைப்பதும், பேசுவதும், கேட்பதும், சிந்திப்பதும், தொடுவதும், அறிவதும் முடியும். எல்லாமே அதனுடைய ஆன்மாவாக இருக்கும்போது எது எதைப் பார்ப்பது? எது எதை அறிவது? ஆகவே இந்த முடிவில்லாத ஆன்மா வாங்கிக் கொள்ள முடியாதது. எதிலேயும் கலக்க முடியாதது. மைத்ரேயி! எல்லாவற்றையும் அறிந்துள்ளதை எதனால் அறிவது? இதுவே உனக்கு எனது உபதேசம்! இதுதான் அழிவில்லாத தத்துவம்!" என்று கூறி யாக்ஞவல்கியர் சென்றுவிட்டார்.

உலகத்தை மறுத்துரைப்பதோ, யோக சாஸ்திரங்களிலும், ஆதிசங்கரரின் சீடர்களைப் போலவும் 'பிரம்மமே உண்மையானது, உலகம் பொய்யானது (பிரம்மசத்யம், ஜகன் மித்யா) என்று கருதுவதோ இன்னும் ஆரம்பமாகவில்லை' என்று யாக்ஞவல்கியரின் உபதேசங் களால் நமக்குத் தெரியவருகிறது. என்றாலும் அவரும்கூட உறக்கத் திலும், மோட்சத்திலும் பிரம்மத்தைத் தவிர வேறெந்த சக்தியையும் ஒப்புக்கொள்ளத் தயாராயில்லை. ஆனந்தங்களுக்கு எல்லையே பிரம்மம் அல்லது பிரம்மலோகமேயாகும். பிரம்மம் எல்லோர்க் குள்ளும் நிறைந்திருந்து உள்ளிருந்தே எல்லோரையும் செயல்படுத்து கிறது. (அது 'அந்தர்யாமி'யாகும்) இறுதியில் யாக்ஞவல்கியர் வீட்டைத் துறந்து துறவியாகப் போய்விட்டாலும், குழந்தைகளில்லாத ஒரு கிழவராகவே அவர் வீட்டை விட்டுச் சென்றார். வீட்டைவிட்டு வெளியேறும் போதும் அவருடைய பிரம்ம ஞானம் (தத்துவ இயல்) வளர்ந்திருக்க வாய்ப்பில்லை. வாழ்வின் ஆரம்பத்தில் அவர் செல்வத் தையும், புகழையும் அதிகமாகவே ஈட்டினார் என்பதைக் கவனித்தோம்.

யாக்ஞவல்கியரின் காலத்தில் சடங்குகளின்பால் அவநம்பிக்கை ஏற்படத் துவங்கிற்று. யாகங்களின்போது லட்சக்கணக்கான செலவு செய்யும் க்ஷத்திரியர்களின் மனத்தில் புரோகிதர்களின் அபரிமிதமான வருவாயைக் கண்டு பொறாமை தோன்றிவிட்டது. அத்துடன் துறவிகளான சமணர்களும், தவசிகளும் சாதாரண மக்களைத் தம் பக்கம் ஈர்த்துக் கொண்டிருந்தனர். அப்படிப்பட்ட நிலைமையில் யாக்ஞவல்கியர், அவரது குருவான ஆருணி- இவர்களுடைய தத்துவக் கருத்துக்கள் பிராமணர்களின் தலைமைப் பீடத்தைப் பாதுகாப்பதில் பெரும்பங்காற்றின. (1) யாகங்களால் இவ்வுலகச் சுகங்களும் மறு உலகச் சுகங்களும் கிடைக்கின்றன என்று பிராமணர்கள் விடாப்பிடியாகக் கூறி வந்தனர். (2) கேள்விகளும் சடங்குகளும் வீணானவை. இவ்வுலகத்தில் அவை கொஞ்சமும் பலனளிக்காததை நாம் பார்த்து வருகிறோம். பிராமணர்கள் தட்சிணை பெற வேண்டுமென்பதற்காகவே மறுவுலக ஆசை காட்டிக் கொண்டிருக்கின்றனர். (3) இதற்குப் பதிலளிக்கும் வகையில் ஆருணியும், யாக்ஞவல்கியரும் ஞானம் இல்லாமல் சடங்குகள் கூறினர். ஞானம் எல்லாவற்றைக் காட்டிலும் உயர்ந்த சாதனமாகும். அதன் வழியாக நாம் அனைத்து ஆனந்தங்களின் இறுதி எல்லையாக அழிவில்லாத பிரம்மத்திடம் போய்ச் சேர்கிறோம். இந்தப் பிரம்மலோகத்தை நம்மால் காண இயலாவிட்டாலும், அது நிச்சயமாக இருக்கிறது. அதனுடைய லேசான நிழல் நமக்கு உறக்கத்தில் தென்படுகிறது.

புலன்களுக்குத் தோன்றாத இந்தப் பிரம்மலோகக் கருத்தை வலுப்படுத்தியதால், யாகப்பலனை அடைய விரும்பியவர்களைத் தேவலோகம் இருக்கிறதென்று நம்பச் செய்வது எளிதாகிவிட்டது. தலை சிறந்த பிரம்ம ஞானியான யாக்ஞவல்கியர் யாகங்களின் வேதமான யஜுர் வேதத்தின் சடங்குகளின் நூலான “சதபத பிராமண”த்தை இயற்றிய மாபெரும் நூலாசிரியருமாகவும் இருந்தார். வேள்விகள் பற்றிய விஷயங்களை அவர் மேலும் வலுப்படுத்தினார். உபநிஷத்து களை இயற்றிய இந்த ரிஷிகள் தமது அனைத்துப்பிரம்மம் ஞானத்துடன்கூடவே, மறுபிறப்பு மறுஉலகம் போன்ற விஷயங் களையும் விட்டுவிடவில்லை. சமுதாயக் கண்ணோட்டத்துடன் பார்க்கும்போது அச்சமயம் புரோகிதர் வர்க்கத்தின் பொருளாதார நலத்துக்குப் பெருந்தீங்கு விளைந்தது. யாகங்களுக்குப் பழைய முக்கியத்துவத்தை ஏற்படுத்தி அந்தத் தீங்கு இல்லாமற் செய்து கொண்டனர். பிரம்ம ஞானிகளே குருநாதர்களாக மாறி, காணிக்கைகள் பெறும் முன்னைவிட வலுவான முறையை- பிரம்ம ஞானப் பிரசாரம் செய்வதை- ஆரம்பித்துவிட்டனர். ஒரு பக்கம் பிராமணர்கள் புரோகிதர்களாகப் பழைய வேள்விகளில் நம்பிக்கையுள்ளவர்களைச்

சடங்குகளின் மூலம் திருப்தி செய்து கொண்டிருந்தனர். மறு பக்கம் பிராமணர்கள் பிரம்ம ஞானப் பிரசாரத்தால் ஞானிகளான அறிவாளிகளையும் திருப்தி கொள்ளச் செய்து கொண்டிருந்தனர்.

4. சத்யகாம ஜாபாலர் (கி.மு. 650)

சத்யகாம ஜாபாலரின் தத்துவத்தை நாம் 'சாந்தோக்ய உபநிஷத'த்தில் பார்க்கிறோம். தனது தத்துவத்தை அவர் மிக எளிமையாக வெளியிடுவதிலிருந்து, யாக்ஞவல்கியருக்கு முன்னால் இருந்தவரென்று தெரிகிறது. அவர் யாக்ஞவல்கியரின் எஜமானரான வேதக மன்னர் ஜனகர், சத்யகாமுடன் தான் பேசியதைக் குறிப்பிட்டிருக்கிறார். அதிலிருந்து யாக்ஞவல்கியர் வாழ்ந்த காலத்திலேயே சத்யகாமும் இருந்தாரென்று சொல்லலாம். சீடரான வையாக்ர பத்யரின் பெயரும் சாந்தோக்ய உபநிஷதத்தில் வருகின்றன.

(1) வாழ்க்கை: சத்யகாம ஜாபாலரின் வாழ்க்கை குறித்து உபநிஷதத்திலிருந்து நமக்கு அதிகமாகத் தெரியவரவில்லை.

"நான் பிரமசரிய வாழ்க்கை வாழ விரும்புகிறேன். என்னுடைய கோத்திரம் என்ன அம்மா?" என்று சத்யகாம ஜாபாலர் தன்னுடைய அன்னையைக் கேட்டார்.

"இளமையில் பலருடன் வாழ்ந்திருந்து உன்னைப் பெற்றேன். ஆகவே, உனது கோத்திரம் எதுவென்று எனக்குத் தெரியாது. ஜாபாலா என்பது எனது பெயர். சத்யகாம் என்பது உனது பெயர். ஆகவே நீ சத்யகாம ஜாபாலன் என்று சொல்லிக் கொள்!" என்று அவருடைய தாயாரான ஜாபாலா கூறினார்.

பிறகு ஜாபாலர் ஹரித்ருமத் கவுதமரிடம் சென்று "ஐயா! நான் பிரமசாரியாக இருந்த தங்களிடம் கல்வி கற்க விரும்புகிறேன். என்னைச் சீடனாக ஏற்றுக் கொள்ளுங்கள்!" என்று வேண்டிக் கொண்டார்.

"உன்னுடைய கோத்திரம் என்ன!" என்று அவர் கேட்டார்.

"எனக்குத் தெரியாது ஐயா! என் அன்னையை விசாரித்தேன். இளமையில் பலருடன் வாழ்ந்திருந்து என்னைப் பெற்றெடுத்ததாக என் தாய் கூறினாள். என்னையும் சத்யகாம ஜாபாலன் என்று சொல்லச் சொன்னாள். ஆகவே நான் சத்யகாம ஜாபாலன் ஐயா!"

" பிராமணரல்லாதார் உண்மையை இவ்வளவு துணிவாகச் சொல்ல மாட்டார்கள்.* அன்பிற்குரியவனே! வேள்விக்கட்டைக்

---

* இந்த வாக்கியத்தில் உபநிஷத்துக்களை இயற்றிய பிராமண தத்துவாசிரியர்களின் பிராமணரல்லாதாரைப் பற்றிய இழிவான கருத்து கவனிக்கத்தக்கது. - மொ-ர்.

கொண்டுவா! உன்னைச் சீடனாக்கிக் கொள்ளும் உபனயனச் சடங்கு நடத்தி வைக்கிறேன். நீ சத்தியத்திலிருந்து விலகாதே!"

(2) கல்வி: சத்யகாம ஜாபாலரைச் சீடனாக்கிக் கொண்ட பிறகு குருவான ஹரித்ருமித் கவுதமர், எலும்பும் தோலுமாக இருந்த நானூறு பசுக்களை ஒப்படைத்து, 'இவை ஆயிரமாகும் வரை திரும்பி வராதே!' என்று கட்டளையிட்டு அனுப்பிவிட்டார். சத்யகாம ஜாபாலர் எத்தனையோ வருடங்கள் பசுக்களுடன் வெளியே சுற்றித் திரிந்து கொண்டிருந்தார். அப்பொழுது ரிஷபம் (காளை) ஒரு நாள் அவரருகில் வந்து, "நாங்கள் ஆயிரம் பசுக்களாகி விட்டோம். எங்களை ஆசாரியரின் இருப்பிடத்துக்கு ஓட்டிப்போ! நான் பிரம்மத்தின் ஒரு பகுதியை உனக்குத் தெரிவிக்கிறேன்" என்றது.

"அப்படியே தெரிவியுங்கள் பகவானே!" என்றார் சத்யகாம ஜாபாலர்.

"கிழக்கில் ஒரு கலை, மேற்கில் ஒரு கலை, தெற்கில் ஒரு கலை, வடக்கில் ஒரு கலை- இதுவே பிரம்மத்தின் ஒளியுடையது என்கிற நான்கு கலைகளின் பகுதியாகும். அடுத்த பகுதியை அக்கினி (நெருப்புத் தேவன்) உனக்குத் தெரிவிப்பார்."

மறுநாள் ஜாபாலர் பசுக்களை ஓட்டிக் கொண்டு திரும்பினார். வழியில் மாலை நேரமாகி இருள் பரவியதும், தீ மூட்டி, பசுக்களை வளைத்து, வேள்விக் கட்டைகளைத் தீயில் போட்டு, நெருப்பின் முன்னால் உட்கார்ந்தார். அப்பொழுது அக்கினி தோன்றி 'சத்யகாமா' என்றழைத்தார்.

"பகவானே?"

"பிரம்மத்தின் ஒரு பகுதியை நான் உனக்குத் தெரிவிக்கிறேன்!"

"அப்படியே தெரிவியுங்கள் பகவானே!"

"பூமி ஒரு கலையாகும். வானவெளியும், நட்சத்திர மண்டலமும், கடலும் மற்ற மூன்று கலைகளாகும். பிரம்மத்தின் 'அனந்தவான்' என்னும் நான்கு கலைகளுள்ள பகுதியாகும் இது! அடுத்த பகுதியை உனக்கு அன்னம் தெரிவிக்கும்."

"அக்கினி, சூரியன், சந்திரன் மின்னல் ஆகியவை நான்கு கலை களாகும். இது 'ஜோதிஷ்மான்' என்னும் பகுதியாகும். அடுத்த பகுதியை மத்கு உனக்குத் தெரிவிக்கும்."

"உயிர், பார்வை, கேள்வி, மனம் கலைகளாகும். இது 'ஆயதன்' (புலன்கள்) என்னும் பகுதியாகும்."

"அவன் ஆசாரியரின் இருப்பிடத்துக்கு வந்து சேர்ந்து விட்டான். அவர் அவனை 'சத்யகாமா!' என்றழைத்தார்.

"பகவானே!"

"அன்பிற்குரியவனே! பிரம்ம ஞானியைப் போல நீ தென்படுகிறாய். யார் உனக்குப் பிரம்மோபதேசம் செய்தவர்கள்?"

'அவர்கள் மனிதர்களல்லர். தாங்களே தங்கள் விருப்பப்படி எனக்கு உபதேசியுங்கள். ஆசாரியரிடம் கற்ற கல்விதான் உயர்ந்த பயனளிக்குமென்று தங்களைப் போன்றவர்கள் சொல்லக் கேட்டிருக் கிறேன்."

"இங்கு முக்தியடைந்தது ஒன்றுமே இல்லை."

மேற்கூறியதிலிருந்து நமக்குத் தெரியவருவது என்னவெனில், கவுதமர் சத்யகாமரிடம் பல வருடங்கள் பசுக்களை மேய்ப்பித்தார். பசுக்களை மேய்க்கும்போதே சத்யகாமருக்குப் பசுக்களாலும், பறவைகளாலும், இயற்கைச் சக்திகளாலும் திசைகள், உலகங்கள், இயற்கைச் சக்திகள், புலன்கள் ஆகியவற்றுடன் நிறைந்துள்ள ஒளிமயமான, ஜோதிஉருவத்திலுள்ள, புலன்களை இயக்குவிக்கும் பிரம்ம ஞானம் தோன்றிற்று.

(3) தத்துவக் கருத்துக்கள்: சத்யகாம ஜாபாலர் பிரம்மத்தை எங்கும் நிறைந்ததாகவும், எல்லையற்றதாகவும், உயிர்ப்புடையதாகவும், ஒளியுடையதாகவும் கருதினார். அவர் 'மனம் தான் பிரம்மம்' என்று ஜனகருக்கு உபதேசித்தார். அதாவது பிரம்மம் மனத்தைப் போலவே உணர்ச்சியுடையதாகும். அவருடைய மற்ற தத்துவக் கருத்துக்களைத் தனது சீடனான உபகோஸல் காமலாயனுக்கு அவர் அளித்த உபதேசத்திலிருந்து அறியலாம்:

உபகோஸல் காமலாயன் சத்யகாம ஜாபாலரிடம் சீடனாக இருந்தான். அவன் குருநாதருக்குப் பணிவிடை புரிந்தான். பன்னிரண்டாண்டுகள் வேள்வியை வளர்த்தான். சத்யகாமர் மற்ற சீடர்களுக்குக் கல்வி முடித்து அனுப்பிவிட்டாலும், காமலாயனை மட்டும் விரைவாக அனுப்பிவிடவில்லை. அவர் தமது மனைவியைக் கேட்டார்:

"பிரம்மசாரி (காமலாயன்) தவம் புரிந்தான், நல்ல முறையில் வேள்வியைத் தொடர்ந்தான். இனி இவனுக்கு உபதேசிக்க வேண்டு மென்று அக்கினி உன்னிடம் சொல்லவில்லையா?"

"சத்யகாமர் காமலாயனுக்கு உபதேசிக்காமலேயே எங்கோ வெளியே சென்றுவிட்டார். அவன் அதே கவலையில் உணவு

சாப்பிடுவதை நிறுத்தி விட்டான். ஆசாரியரின் மனைவி, "பிரம்மசாரி! உணவு சாப்பிடு! ஏன் சாப்பிடமாட்டேன் என்கிறாய்?" என்று கேட்டாள்.

"இந்த ஜீவன் எத்தனையோ கோரிக்கைகளைக் கொண்டிருக்கிறான், நான் மனக் கவலைகளில் மூழ்கியிருக்கிறேன், நான் என்னையே அழித்துக் கொள்ள விரும்புகிறேன்."

இதன் பின்னர் அவன் வேள்வியில் வளர்த்த அக்கினி, காமலா யனுக்கு அளித்த உபதேசம்:

"உயிர் பிரம்மமாகும். உயிரை வானம் என்றுகூடச் சொல்கின்றனர். சூரியனிலுள்ள ஆன்மா நான்தான்! சந்திரனிலுள்ள ஆன்மா நான்தான்! மின்னலிலுள்ள ஆன்மாவும் நானேதான்! உபகோஸல்! இந்தக் கல்வியை என்னிடமிருந்து கற்றுக்கொள்! மற்றவைகளை உனக்கு ஆசாரியர் தெரிவிப்பார்!"

ஆசாரியார் திரும்பி வந்ததும் "உபகோஸல்" என்று அவனை அழைத்தார்.

"ஐயா!"

"அன்பிற்குரியவனே! உன்னுடைய முகம் பிரம்மஞானியின் முகம்போல் காணப்படுகிறது. உனக்கு யார் உபதேசித்தார்கள்?"

"எனக்குப் போய் யார் உபதேசிக்கப் போகிறார்கள் ஐயா?"

ஆசாரியர் வற்புறுத்திய பிறகு, உபகோஸலன் நடந்ததை விவரித் தான். அதைக் கேட்ட சத்யகாம ஜாபாலர் கூறினார்:

"அவர்களெல்லாரும் உனக்கு உலகங்களைப்பற்றி மட்டுமே உபதேசித்திருக்கின்றனர். நான் உனக்கு ஞானோபதேசம் செய்கிறேன். இதைப் பெற்றவர்களைத் தாமரை இலையில் நீர் நிற்காகத்தைப் போல், பாவச் செயல் அண்டாது."

'உபதேசியுங்கள் ஐயா'

"கண்களில் தென்படும் ஜீவனே ஆன்மாவாகும். அது அழிவற்றதும், அச்சமற்றதுமான பிரம்மமாகும்!"

5. சயுக்வா ரைக்வ

'சயுக்வா ரைக்வ' உபநிஷத்துக்களில் ஆரம்பகால ரிஷிகளில் புகழ்பெற்றவராவார். மாட்டு வண்டியைக் கட்டிக் கொண்டு, அரைப் பைத்தியங்களைப்போல் திரிந்து கொண்டிருப்பது, அரசர்களையும், செல்வத்தையும் லட்சியம் செய்யாமலிருப்பது- இவை எல்லாம் ஒரு புதிய ரகத் தத்துவச் சிந்தனையாளர்களை நம்முன்னே கொண்டு வந்து

நிறுத்துகின்றன. கி.மு. 412-322இல் கிரீஸில் தியோஜேன் என்னும் தத்துவாசிரியர் இருந்தார். அவர் இந்தியாவில் சந்திரகுப்த மவுரியர் ஆட்சிக்குவந்த ஆண்டில் இறந்து போனார். அவரும் சயுக்வா ரைக்வரைப் போலவே, தன்னிலை மறந்து வாழ்ந்தார். இப்படிப்பட்டவர் களிடம் தனித்தன்மையான கருத்துக்கள் இல்லாவிட்டாலும், இந்தியாவில் இப்படிப்பட்டவர்களைப் பெரிய மகான்களாகக் கருதுகின்றனர். யாக்ஞவல்கியர் 'பிரம்ம ஞானி குழந்தையைப்போல் இருக்க வேண்டு'மென்று கூறியிருப்பதுகூட, சயுக்வாரைப் போன்றவர் களைப் பார்த்துத்தான் சொல்லியிருக்கக்கூடும். என்றாலும் சயுக்வார் ஆன்மீகவாதி அல்ல; இயக்க இயல் தத்துவாசிரியராவார். அவர் உலகத்தின் அடிப்படைத் தத்துவமென்று காற்றைக் கருதினார். யாக்ஞவல்கியரின் சமகாலத்தவராக கி.மு. 588-524இல் வாழ்ந்திருந்த 'அனக்ஸிமனஸ்' என்பவரும் காற்றையே உலகத்தின் அடிப்படைச் சக்தி என்று கருதிக் கொண்டிருந்தார்.

ரைக்வரின் வாழ்வும் உபதேசமும்: சாந்தோக்ய உபநிஷதத்தில் மட்டுமே அதுவும் ஒரேயொரு இடத்தில் மட்டுமே சயுக்வாரைக்வரைப் பற்றிக் குறிப்பிடப்பட்டுள்ளது.

"ஜானசுருதி பவுத்ராயணர் என்னும் அரசர் பக்தி, சிரத்தைகளுடன் மிக அதிகமாகத் தான தருமங்கள் செய்பவர். விருந்தினர்களுக்குத் தாராளமாக உணவளிப்பவர். அவர் பல இடங்களிலும் தர்மசத்திரங் களைக் கட்டி வைத்தார். எல்லா இடங்களிலுமுள்ள மக்கள், தான் அளிக்கும் உணவே சாப்பிட வேண்டுமென்ற எண்ணத்துடன் அவர் சத்திரங்களைப் பரவலாகக் கட்டுவித்தார். அன்னப் பறவைகள் இரவு வேளையில் பறந்து கொண்டிருந்தன. அவற்றில் ஒரு அன்னம் மற்றோர் அன்னத்திடம் கூறியதாவது:

"ஓ பல்லாட்ச! ஜானசுருதி பவுத்ராயணரின் புகழ் பரவியிருப் பதைப்போல், இங்கே பகலின் ஜுவாலை (அக்கினி) பரவியிருக்கிறது. அதைத் தொடாதே! எரிந்து போகாதே!"

"கம்பர்! சயுக்வா ரைக்வா சொல்வதைப்போலவே நீயும் சொல்லிக் கொண்டிருக்கிறாய்!"

"யார் அந்த சயுக்வர் ரைக்வர்?"

"தோற்றவர்கள் வெற்றி கொண்டவனிடம் செல்வத்தைப் போல், நற்செயல்கள் புரியும் மக்கள் அந்த ரைக்வரிடம்தான் செல்கின்றனர்."

அன்னங்களின் பேச்சை அரசர் கேட்டுவிட்டார். மறுநாள் காலை அவர் தனது அந்தரங்க உதவியாளரை அழைத்து, 'அன்பானவனே! சயுக்வா ரைக்வரைப் பற்றிச் சொல்லேன்!' என்று கோரினார்.

"எந்த சயுக்வா ரைக்வர்?"

"தோற்றவர்கள் வெற்றி கொண்டவரிடம் செல்வதைப் போன்றவர்"

தேடி முயன்ற பின்னர் அந்தரங்க உதவியாளர், "அவரைக் கண்டுபிடிக்க முடியவில்லை" என்று கூறினார்.

'பிராமணர்களைத் தேடிப் பிடிக்கும் இடத்தில் அவரைத் தேடு!"

அவர் ஒரு வண்டிக்கு அடியில் சொறிந்து கொண்டு உட்கார்ந் திருந்தார். அந்தரங்க உதவியாளர் அவரைக் கேட்டார்.

"ஐயா, நீங்கள்தான் சயுக்வா ரைக்வரா?"

"நான்தாண்டா!"

உதவியாளர் திரும்பிச் சென்றுவிட்டார். பின்னர் அரசரான ஜானசுருதி பவுத்ராயணர் அறுநூறு பசுக்களையும், தங்க நாணயங் களையும், கோவேறு தேரையும் எடுத்துக் கொண்டு சயுக்வா ரைக்வரிடம் வந்து கேட்டுக் கொண்டார்.

'ரைக்வரே! இதோ அறுநூறு பசுக்களும், தங்க நாணயங்களும் கோவேறு தேரும்! நீங்கள் வழிபடும் கடவுளைப் பற்றி எனக்கு உபதேசியுங்கள்!'

"துச்சமானவனே! இங்கிருந்து போய்விடு! பசுக்களோடு எல்லா வற்றையும் நீயே வைத்துக் கொள்!"

அதன்பின்னர் அவ்வரசர் ஆயிரம் பசுக்கள், தங்க நாணயங்கள், தேர்கள் ஆகியவைகளுடன் தனது மகளையும் கொண்டு சென்று ரைக்வரை வேண்டிக் கொண்டார்.

"ரைக்வரே! இதோ ஆயிரம் பசுக்களும், தங்க நாணயங்களும், தேர்களும்! இதோ எனது மகளை, உங்களுக்கு மனைவியாகக் கொண்டு வந்திருக்கிறேன். நீங்கள் இப்பொழுது இருக்கும் கிராமத்தையும் உங்களுக்குத் தந்துவிடுகிறேன். எனக்கு உபதேசம் செய்யுங்கள்."

ரைக்வர் அந்தக் கன்னியின் முகத்தைக் கையால் எடுத்துப் பார்த்துக் கூறினார்:

"இவற்றையெல்லாம் எடுத்துப்போ சூத்திரனே!* இந்த முகத்தின் மூலம் என்னிடம் உபதேசம் பெறலாமென்று பார்க்கிறாயா? காற்றே அடிப்படைத் தத்துவமாகும். நெருப்பு மேலே எழும்பினாலும், அது

---

* உபநிஷத் காலத்தில் ஒருவரை ஏசுவதற்காகக்கூட 'சூத்திரன்' சொல் பயன்படுத்தப்பட்டு வந்தது என்பது இதனால் தெரிகிறது - மொ-ர்.

காற்றிலேயே ஐக்கியமாகி விடுகிறது. சூரியன் மறையும்போதும் காற்றில்தான் கலந்து விடுகிறது. சந்திரன் மறையும்போதும் காற்றிலேயே கலக்கிறது. நீர் வற்றினாலும் காற்றிலேயே கலக்கிறது. காற்றே இவைகளை எல்லாம் திரட்டிக் கொள்கிறது. இவையெல்லாம் தேவர்களைக் குறித்த விஷயம். இனி, உடலுக்குள் (ஆன்மாவுக்குள்) உயிர் அடிப்படையான தத்துவமாகும். உடல் உறங்கும்போது சொல் உயிரிலேயே ஐக்கியமாகி இருக்கும். பார்வையும், கேள்வியும், மனமும் உயிரிலேயே கலந்திருக்கும். இந்த இரண்டு மட்டுமே அடிப்படை விஷயங்களாகும்- தேவர்களில் காற்று, உயிரினங்களில் உயிர்."

இவ்விதமாகப் பவுதீக உலகத்துக்குள்ளும், உடலுக்குள்ளும் (தேவர்களிலும், ஆன்மாவிலும்) காற்றை அடிப்படைத் தத்துவமாகக் கருதுவதுதான் ரைக்வரின் தத்துவ இயலாகும். ரைக்வருக்கு அலட்சியமாக வாழ்வதென்றால் மிகவும் பிடிக்கும். அதனால்தான் இளவரசியை மாட்டு வண்டியில் ஏற்றிக்கொண்டு திரிவதும், வண்டிக்கடியில் உட்கார்ந்து சொறிந்து கொள்வதும் அவருக்கு எவ்வளவு விருப்பமானவையோ, அவ்வளவு- கிராமமும், தங்கமும், பசுக்களும், தேர்களும் அவருக்குப் பிடித்தமானவையல்ல.

அத்தியாயம் ஏழு

கவுடபாதரும் ஆதிசங்கரரும்

சமூக நிலைமை: பவுத்த தத்துவ அறிஞரான தர்ம கீர்த்தி (கி.பி. 600) பின்னர் சாந்த ரட்சிதர், கமலசீலர், ஞானஸ்ரீ போன்ற பவுத்த தத்துவாசிரியர்களைப் பார்க்கிறோம். அவர்களைப் போலவே பிராமணர்களில் ஆதி சங்கரரும், அவரைவிட உயர்ந்தவர்களான உதயனார், கங்கேஷர் போன்ற 'நியாய' இயலாளர்களும், பார்த்தசாரதி போன்ற 'மீமாம்ஸா' இயலாளரும், வாசஸ்பதி, ஸ்ரீஹர்ஷர், ராமானுஜர் போன்ற 'வேதாந்தி'களும் தோன்றினர். இவர்கள் அனைவரையும் விடக் காஷ்மீரத்தைச் சேர்ந்த சைவரான வசுகுப்தர் மிகவும் குறிப்பிடத்தக்கவர். அவர் பவுத்தர்களின் விஞ்ஞான வாதத்தைக் கொச்சைப்படுத்தாமல், அதை 'அலைபாயும் அழிவுடை விஞ்ஞானமாக' ஏற்றுக்கொண்டார். பவுத்தர்களின் ஆலய விஞ்ஞானத்துக்கு (கூட்டு உருவத்திலுள்ள விஞ்ஞானத்துக்கு) சிவனின் பெயரைச் சூட்டி, தனது தத்துவ இயலுக்கு அடிக்கல் நாட்டினார். இவர்களைப் பற்றியெல்லாம் நாம் மிக விரிவாக எழுதப் போவதில்லை. ஆனால், இறுதியில் 'அத்வைத வேதாந்தத்தை' நிறுவிய தத்துவாசிரியர்களைக் குறித்து விளக்காமல், இந்நூல் முழுமையடையாது.

உபநிஷத்துக்களை இயற்றிய தத்துவாசிரியர்களின் கருத்துக் களையும், பாதராயணரின் கருத்துக்களையும் ஏற்கனவேயே விவரித் துள்ளோம். இவர்களுடைய கருத்துக்களை 'விசிஷ்டாத்வைத' இயலாளரான ராமானுஜர், மற்றவர்களைவிட நியாய உணர்ச்சியுடன் விவரித்திருக்கிறார். பாதராயணர் மற்ற தத்துவாசிரியர்களின் கண்டனத்திலிருந்து குறிப்பாக பவுத்தர்களின் தாக்குதலிலிருந்து உபநிஷத்- தத்துவ இயலை பாதுகாக்கத் தனது நூலை எழுதினார். 'நியாய', 'வைசேஷிக' வாதங்கள் பிரசாரத்தில் இருந்தன. அவைகளுக்கு எதிரிடையாகப் பவுத்தர்களின் எதிர் வாதங்களும் கிளம்பின. உபநிஷத்தின் 'வேதாந்த' வாதம் நடைமுறையில் இருந்தது. பவுத்தர்கள்

அதை மறுத்துரைத்துக் கொண்டிருந்தனர். பல நூற்றாண்டுகளாக இப்படி வாத விவாதங்கள் நடந்து வந்தன. இவைகளிலிருந்து 'ஸம்வாதம்' என்னும் பேச்சுவார்த்தை ஆரம்பமாயிற்று. பழைய 'நியாய', 'வைசேஷிக' வாதங்களையும், திக்நாகர், தர்மகீர்த்தி முதலிய பவுத்த தத்துவ அறிஞர்களின் எதிர்வாதங்களையும் இணைத்து கி.பி. 1200இல் கங்கேசர் ஒரு புதிய தர்க்க சாஸ்திரத்தை, 'நவ்ய நியாயம்', 'தத்துவ சிந்தாமணி' ஆகிய நூல்களின் வாயிலாகத் தோற்றுவித்தார். அவைகளில் பழைய 'நியாய', 'வைசேஷ'ங்களின் பல வலுவற்ற விஷயங்களை விட்டுவிடும் முயற்சி செய்யப்பட்டது. வசுகுப்தர் தன்னுடைய சைவ சித்தாந்தத்தில் பிராமணர்களின் கடவுளான சிவனையும், பவுத்தர்களின் அழிவுடை விஞ்ஞானத்தையும் இணைத்து ஒரு புதிய தத்துவத்தை உருவாக்கினார். உபநிஷத்துக்களும், பாதராயணரும்கூட வாதம், எதிர்வாதம் இல்லாமல் தனது கருத்துக் களை நிலைநிறுத்த முடியவில்லை. இதனாலேயே கவுடபாதரும் புத்தரின் சீடர்களான நாகார்ஜுனர், அஸங்கர் ஆகியோரின் அடிச் சுவட்டைப் பின்பற்றினார். கவுடபாதர் அஸங்கரைத் தொட்டும், நாகர்ஜுனரின் சூனிய வாதத்தை நெருங்கியிருக்கிறார். அவர் 'தவிதாம்பர்' (மனிதர்களில் சிறந்தவர்), 'சம்புத்தர் (நற்புத்தியுடையவர்) என்று சொல்லப்பட்ட புத்தரிடம் தனது பக்தியைத் தெளிவாகத் தெரிவிக்கிறார். கவுடபாதரின் சீடருக்குச் சீடரான சங்கரர், அஸங்கரின் கருத்துக்களுக்குச் சமீபத்தில் இருக்கிறார். அத்துடன் அவர் தன்னை யாரும் பவுத்தர் என்று சொல்லி விடக்கூடாதே என்று பெருமுயற்சியும் எடுத்துக் கொள்கிறார்.

சமஸ்கிருத மொழியில் காளிதாசர், பவபூதி, பாசர் போன்ற கவிஞர்களும், திக்நாதர், உத்யோத்கர், குமாரிலர், தர்மகீர்த்தி போன்ற தத்துவ அறிஞர்களும் தோன்றிய சில காலத்திற்குப் பின்னர் சங்கரர் பிறந்தார். அரசியல் ரீதியில் பார்த்தால், இந்தியா வீழ்ச்சியையும், பன்னெடுங்கால அடிமைத்தனத்தையும் ஏற்றுக் கொள்ளத் தயாரிப்புகள் செய்து கொண்டிருந்தது. மத்தியில் அதிகாரங்களைக் குவித்து வைத்திருந்த ஹர்ஷவர்த்தனின் பேரரசு அழிந்துவிட்டிருந்தது. புராதன கிராமக்குடியரசுகள், பிராந்தியங்கள், ஜாதிகள் ஆகியவைகளிடையே வளர்ந்து கொண்டிருந்த போட்டி மனப்பான்மை உள்நாட்டுப் பூசலை அதிகப்படுத்திக் கொண்டிருந்தது. அத்துடன் வெளிநாட்டுப் படையெடுப்புக்கு வழி வகுத்துக் கொண்டிருந்தது. ஏழாம் நூற்றாண்டின் இரண்டாம் பகுதியில் உலகத்தின் இரு மாடு மேய்க்கும், ஊர்சுற்றி இனத்தவரான திபேத்தியரும், அரேபியரும் துணிவுள்ள நெஞ்சீரமற்ற கொடூரமான வீரர்களைத் திரட்டிக் கொண்டு இரு பெரும் ராணுவச் சக்திகளாக மாறி, நாகரீகம் படைத்த, ஆனால் ஆண்மையற்ற

நாடுகளை அடிமைப்படுத்தி ஆட்சி புரியப் புறப்பட்டு விட்டனர். திபேத்தியரின் அரேபியரின் முதல் ஆவேசம் அடங்கிவிட்ட பின்னர் கவுடபாதரும் சங்கரரும் தோன்றினர். ஸ்ரோங்சன் கம்போ (கி.பி. 630-698) கலீஃபா உமர் (622-44) ஆகியவர்களின் வெற்றி வாள்கள் உறைகளில் நிரந்தர ஓய்வெடுத்துக் கொண்டிருந்தன. அவர்களுடைய அரியாசனங்களை டிஸ்ரோங்தேசன், (கி.பி. 802-45) கலீஃபா மாமூன் (கி.பி. 813-33) போன்ற மிருதுத் தன்மையுள்ள கலை, தத்துவ இயல் அன்பர்கள் அலங்கரித்துக் கொண்டிருந்தனர். மாமூன் காலத்தில் அரேபிய மொழியை வளப்படுத்திக் கொண்டிருந்ததைப் போலவே, டிஸ்ரோங் தேசன் ஆட்சிக்காலத்தில் இந்திய பவுத்த இலக்கியம், தத்துவ இயல் ஆகியவைகளின் மொழிபெயர்ப்புகளால் திபேத்திய மொழியைச் செழுமைப்படுத்திக் கொண்டிருந்தனர். நாளந்தா பல்கலைக்கழகத்தின் புகழ்பெற்ற தத்துவ அறிஞரான சாந்தரட்சிதர் தனது அந்திம காலத்தில் திபேத்துக்குச் சென்று அங்குள்ள அநாகரீகக் கூட்டத்தினரைத் தனது 'துன்ப வாத'த் தத்துவ இயலாலும், இனிப்பான நாகரீகக் கல்வியாலும் உறங்கச் செய்ய முயற்சி செய்து கொண்டிருந்தார். ஆனால், பாக்தாத் நகரில் அரேபியரின் வாள்வீச்சு வலுவிழந்து வருவதைக் கண்டு மொராக்கோ நாட்டினரும், மத்திய ஆசியாவின் துருக்கியரும், முகலாயர் போன்ற இனத்தவரும் இஸ்லாமின் நடைமுறைத் தத்துவங்களுக்காகவும், 'ஒரு குறிப்பிட்ட நோக்க'த்திற்காகவும் அந்த வாளைத் தமது கரங்களில் ஏந்திக் கொண்டனர். ஆனால் பாவம், ஸ்ரோங் சுன்னின் வாளுடன் அப்படிப்பட்ட எந்த 'ஒரு குறிப்பிட்ட நோக்க'மும் இல்லாததால், உலகை வெற்றி கொள்ள வேண்டுமென்ற விருப்பமும் இல்லாததால் அவருடைய வாளின் பாரத்தைச் சுமக்க எவருமே முன் வரவில்லை.

பாக்தாத் நகரில் அரேபிய வாளைச் சாந்தப்படுத்துவதில் சில இந்தியர்களும் பங்கு கொண்டனர். அவர்கள் அரேபியருக்கு யோகம், கணிதம், ஜோதிடம், மருத்துவம் முதலியவைகளைக் கற்பித்தனர். ஆயினும் அரேபிய வாள் அமைதி கொள்ளவில்லை. அது கைகள் மாறி மகம்மது கஜனி, மகம்மது கோரி போன்ற துருக்கியரின் கைகளில் சிக்கி, இந்தியாவையும் தாக்கியது.

அந்தக் காலத்தில் இந்தியாவில் மந்திர தந்திரங்களும் அதிகமாகவே பரவியிருந்தன. கி.பி. 769-809இல் இருந்த தர்மபால் அரசரின் சமகாலத்தவராகிய சரகபாதர் (கி.பி. 800) போன்ற தாந்திரீகர்களும், சித்தர்களும் தமது கவர்ச்சிகர இந்திக் கவிதைகளாலும் மக்களையும் ஆட்சியாளர்களையும் தம்பால் ஈர்த்துக் கொண்டிருந்தனர். பன்னெடுங் காலமாகவே மதம் நன்னடத்தை என்பவற்றின் பெயரால் மனிதனின்

இயற்கையான தேவைகளைக்- குறிப்பாகக் காமத் தேவையை- திருப்திப்படுத்திக் கொள்வதற்குப் பல்வேறு தடைகள் விதிக்கப்பட்டு வந்தன. பிரம்மச்சரியம், புலனடக்கம் ஆகியவைகளின் புகழ்பாடி, புகழ்பெறலாமென்ற செயற்கைக் கவர்ச்சியைக் காட்டி மக்களில் பெரும் பகுதியினரைச் செயற்கையான வாழ்க்கையை ஏற்றுக் கொள்ளுமாறு வற்புறுத்தப்பட்டு வந்தது. இதன் பலனாகவே 'தந்திர முறை' மது, மாமிசம், மீன், புணர்ச்சி, முத்திரை (மதுக் கிண்ணம் வைப்பதற்குக் கைகளால் செய்யப்படும் குறிப்பிட்ட அசைவுகள்) இந்த ஐந்தையும் முக்தி பெறுவதற்கான தலைசிறந்த சாதனங்கள் என்று பிரசாரம் செய்யத் தொடங்கிற்று. மக்கள் பகட்டு நன்னடத்தையின் எண்ணத்தால் இந்தத் தாந்திரீக முறையைப் பின்பற்ற அஞ்சிக் கொண்டிருந்தனர். அதனால் அது இரட்டை நன்னடத்தையை அமுலுக்குக் கொண்டு வந்தது. தாந்தீரிக முறையில் மேற்சொன்ன ஐந்து முறைகளையும் பயன்படுத்துவது. வெளியுலகத்திற்காகப் பகட்டு நன்னடத்தை நிலவிய யுகத்தில், சங்கராச்சாரியைப் போன்ற இரட்டைத் தத்துவாசிரியர் தோன்றியதில் வியப்பில்லை.

பொருளாதார முறையில் அக்காலத்தியச் சமுதாயம் நிலச் சுவாந்தாரர்களும், மடாதிபதிகளும், அடிமைகளும் வாழ்ந்த சமுதாய மாகும். இவர்களிடையே வணிகர்களும், பணக்காரர்களும் இருந்தனர். அவர்களுடைய நலன்களும் நிலச்சுவாந்தர்களின், மடாதிபதிகளின் நலன்களிலிருந்து வேறுபட்டவையல்ல. அவர்களைப் போலவே இவர்களும் இரட்டை நன்னடத்தையில் மூழ்கியிருந்தனர். ஆளும் வர்க்கமும், செல்வர் கூட்டமும் ஆடம்பர வாழ்க்கைக்குத் தேவையான சாதனங்களைத் தேடுவதிலும், அடிமைகளும், உழைப்பாளர்களும் தமது ரத்தத்தாலும், வேர்வையாலும் பணக்கார வர்க்கத்தின் தேவைகளைப் பூர்த்தி செய்வதில் ஈடுபட்டிருந்தனர். ஒருவன் வயிறு புடைக்கத் தின்று அவஸ்தைப்பட்டுக் கொண்டிருந்தபோது, வேறொருவன் பசியால் துடித்துக் கொண்டிருந்தான். ஒரு புறம் செல்வத் திருமகள் சிரித்துக் கொண்டிருந்தாள்; மறுபுறம் ஏழைகள் பசியாலும், பட்டினியாலும் வேதனை அனுபவித்துக் கொண்டிருந் தனர். இந்த மோசமான நாடகம் இதயம் படைத்த எவரையும் வேதனைப்படுத்தாமலிருக்க முடியாது. வேதனையடைந்த இதயம், ஏதாவது ஒன்று செய்யும்படி அறிவை வற்புறுத்தக்கூடும். ஆகவே இதயத்தையும், அறிவையும் கட்டுப்பாட்டில் வைத்திருக்க ஒரு புரியாத புதிர் தேவைப்பட்டது. இப்படிப்பட்ட புதிர் அதற்கு முன்பும் தயார் செய்யப்பட்டது. இப்பொழுதும் தயார் செய்யப்படுகிறது. கவுடபாதரும், சங்கரரும்கூட அந்தப் புரியாத புதிரைக் கொண்டு வந்தவர்களானார்கள்.

1. கவுடபாதர் (கி.பி. 500)

(1) வாழ்க்கை: *ஆதிசங்கரரின் தத்துவத்தின் அடிப்படையைத் தெரிந்து கொள்ள அவருக்கு முன்னவரான கவுடபாதரிடம் நாம் செல்ல வேண்டும். கி.பி. 788இல் சங்கரர் பிறந்தார். கி.பி. 820இல் மறைந்தார். கவுடபாதர் கி.பி. ஐந்தாம் நூற்றாண்டில் வாழ்ந்திருந்தார். கவுடபாதர் நர்மதை நதிக்கரையில் இருந்து வந்தார் என்பதைத் தவிர, வேறெந்தத் தகவலும் அவரைப்பற்றி நமக்குத் தெரியவரவில்லை. நர்மதை மத்திய பாரதம், மாள்வா, குஜராத் ஆகிய பகுதிகளில் பிரவகிப்பதால் கவுடபாதருடைய இருப்பிடம் எதுவென்பதும் சரியாகத் தெரியவில்லை.*

(2) நூல்கள்: *கவுடபாதரின் மகத்தான சிருஷ்டி சங்கரர் என்றே சொல்லலாம். சங்கரருக்குத் தீட்சை அளித்த குருநாதர் கோவிந்தர் என்றாலும், அவரைப் படைத்தவர் நிச்சயமாகக் கவுடபாதரேயாவார். எனினும் கவுடபாதருடைய ஒரு நூல் 'ஆகம சாஸ்திரம்' அல்லது 'மாண்டூக்ய காரிகா'வாகும். ஈஸ்வர கிருஷ்ணருடைய 'சாங்கிய காரிகா'வின் மீது கவுடபாதர் ஒரு சிறு விளக்கவுரையும் எழுதியிருக் கிறார். ஆனால், அது ஒரு சாதாரண விளக்கவுரையாகும். 'மாண்டூக்ய காரிகை'யில் நான்கு அத்தியாயங்கள் உள்ளன. முதல் அத்தியாயம் மட்டுமே 'மாண்டூக்ய உபநிஷத்'துடன் தொடர்புடையது. மற்ற மூன்று அத்தியாயங்களில் அவர் தனது தத்துவக் கருத்துக்களை வெளிப்படுத்தி யுள்ளார்.*

மாண்டூக்ய உபநிஷதத்தின் இந்த விளக்கவுரையில் கவுடபாதர், அந்த உபநிஷதத்தைத் தனது தத்துவத்தோடு தொடர்புடையதாகக் கருதுவதோடல்லாமல், புத்தரிடம் தனக்குள்ள பக்தியையும் மறைக்காமல் பிரகடனப்படுத்துகிறார். அந்த நூலின் நான்காவது அத்தியாயம், பவுத்த தத்துவமான விஞ்ஞான வாத அத்தியாயமேயாகும். அதன் முதல் விளக்கத்திலேயே கவுடபாதர் கூறுகிறார்: "வானத்தைப் போன்ற தமது பரந்த அறிவால் எல்லாக் கருத்துக்களும் பொருள் களுமே வானத்தைப் போலவே சூனியமானவையாகும் என்பதை அறிந்து கொண்ட மனிதரில் சிறந்தவருக்கு வணங்குகிறேன்." இதே அத்தியாயத்தின் பத்தொன்பதாவது விளக்கத்திலும் மீண்டும் புத்தரின் பெயர் வருகிறது. புத்தருடைய உபதேசம் குறித்தும் அவர் வேறு ஒரு இடத்தில் குறிப்பிடுகிறார். பவுத்த மதத்தின் ஒரு பிரிவான 'மகாயான'மும் குறிப்பிடப்படுகிறது. 98.99-வது விளக்கங்களில் கவுடபாதர் நாகார்ஜுனரைப் போலவே, எல்லாப் பொருள்களுமே ஒளிவு மறைவில்லாமல் இயற்கையாக இருக்கின்றன என்றும், இதைப் புத்தரும் முக்தி பெற்றவர்களும் அறிவார்கள் என்றும் கூறுகிறார்.

கடைசி விளக்கத்தில் அவர் புத்தருக்கு வணக்கஞ்செலுத்தி நூலை முடிக்கிறார்.

சங்கரர் 'மாண்டூக்ய உபநிஷதத்தின்' மேல் விரிவுரை எழுதும் போது இந்தத் தெளிவான பவுத்தப் பிரதிபலிப்புக்களை விலக்க வீணான முயற்சி செய்தார்.

கவுடபாதர் 'மாண்டூக்ய உபநிஷதத்'தையே விளக்கவுரை எழுதத் தேர்ந்தெடுத்ததற்குச் சில முக்கிய காரணங்கள் இருப்பதாகத் தெரிகின்றன. (1) 'மாண்டூக்ய உபநிஷதம்' மிகச் சிறிய உபநிஷதாகும். அதனால் தனது கருத்துக்களைச் சுதந்திரமாக வெளியிட வாய்ப்பிருக்கும்; (2) 'மாண்டூக்ய உபநிஷத'த்தில் 'ஓம்' குறித்தும், அதன் நான்கு எழுத்துக் களுடன் ஆன்மாவின் நான்குவித நிலைகளும் வர்ணிக்கப்பட்டுள்ளன. இதில் கவுடபாதரின் மாத்யமிக யோகாசாரக் கருத்துக்கள் கொச்சைப் படுத்தப்படும் அபாயமில்லை. (3) இதில் ஆன்மாவிற்காகக் காண முடியாதது, நடைமுறைப்படுத்த முடியாதது, புரிய முடியாதது, உருவமில்லாதது, சிந்திக்க முடியாதது போன்ற சொற்கள் வந்துள்ளன. இவை நாகார்ஜுனரின் 'மாத்யமிக' தத்துவத்திற்கும் பொருந்துகின்றன. பவுத்தத் தத்துவத்தை வலுவுள்ளதாக வைத்து, அதனுடன் உபநிஷதத் தைத் தொடர்புபடுத்த கவுடபாதர் முயற்சி செய்தார். சூனிய வாதத்தை ஏற்றுக் கொள்ள அழிவுடையது- அழிவற்றது என்கின்ற சிக்கலில் சிக்கிக் கொள்ளத் தேவையில்லை. சங்கரரும் பவுத்தத் தத்துவக் கருத்துக்களை நன்றாகப் பயன்படுத்திக் கொண்டார், ஆனால், அவை உபநிஷத்துக்களில் சொல்லப்பட்டவையே என்று நிரூபிக்க விரும்பினார். அதோடு அவர் தனது கருத்துக்களை அறிவுக்குப் பொருந்துவன வாகவும் வைக்க எண்ணினார். இதனால்தான் அவர் யோகாசார விஞ்ஞான வாதத்தைப் பிரகடனப்படுத்தினாலும் சங்கரர் அழிவுடையது, அழிவில்லாதது என்பவைகளில் ஏதாவதொன்றை ஏற்றுக் கொள்ள வேண்டிய அவசியமேற்பட்டது. அவர் அழிவற்ற ஆன்மா வாதத்தை ஏற்றுக் கொண்டு தன்னைத் தூய பிராமணத் தத்துவ ஆசிரியராக மாற்றிக் கொள்ள முயற்சித்தார்.

(3) தத்துவக் கருத்துக்கள்: நாம் இங்கே கவுடபாதரின் சில கருத்துக்களை வைக்கிறோம். இவற்றை அடிப்படையாகக் கொண்டே சங்கரர் தமது தத்துவ மாளிகையை எழுப்பினார்.

"உலகம் இல்லை; எந்தப் பொருளும் தானாகவே, மற்றதிலிருந்தோ தோன்றுவதில்லை. இருக்கும் பொருளோ, இல்லாத பொருளோ, இருந்தும் இல்லாத பொருளோ எதுவுமே தோன்றுவதில்லை. முதலிலும் முடிவிலும் இல்லாத பொருள் நிகழ்காலத்திலும் அப்படியே

இருக்கிறது. அது பொய்யானதைப் போலவே இருக்கிறது. பொய்யாகவே காணப்படுகிறது."

எல்லாம் மாயை: "பொருள்கள் தோன்றுகின்றன என்று சொல்லப்படுகிறது. ஆனால் அவை பொய்யான ஞானத்தால் அப்படித் தெரிகிறதே தவிர, உண்மையில் அப்படித் தோன்றுவதில்லை. அவற்றின் தோற்றம் மாயை உருவமானது; மாயைக்கு எவ்வித ஆதாரமும் இல்லை. கனவில் மனம் மாயையினால் பார்க்கக்கூடியதாகவும், காட்சியாகவும் செயல்படுவதைப் போலவே விழிப்பு நிலையிலும்கூட மனம் மாயையால் இரண்டு உருவங்களில் செயல்படுகிறது."

ஜீவன் இல்லை: "கனவிலான ஜீவனும், மாயையான ஜீவனும் பிறப்பதும், இறப்பதுமாகத் தென்படுவதைப் போல், இந்த எல்லா ஜீவன்களும் இருக்கவும் இருக்கின்றன. இல்லாமலும் இருக்கின்றன."

பரம தத்துவம்: "அஞ்ஞானியானவன் உண்மையை அறிவதில்லை. அவன் அஞ்ஞானத்தால் குழப்பட்டிருப்பதால், கடவுள் (பரம தத்துவம்) எப்பொழுதுமே மறைந்திருந்து அவனைத் தன்னைத் தொட விடுவதில்லை. அவரைப் பார்த்தவனே எல்லாமும் பார்த்தவனாவான்."

சங்கரரின் மாயா வாதத்துக்குத் தேவையானதனைத்தும் இங்கே இருக்கிறது. பின் ஏன் விஞ்ஞான வாதம்?

கவுடபாதர் கீழ்க்கண்டவற்றை எடுத்துரைக்கிறார்? (1) ஒரு விஞ்ஞானத் தத்துவம் இருக்கிறது. அது சங்கரரின் பிரம்மத்தை விட நாகார்ஜுனனின் சூனிய வாதத்திற்கு நெருக்கமாக இருக்கிறது. (2) உலகம் வெறும் மாயையாகும். (3) ஜீவன் இல்லை. பிறப்பும், இறப்பும், செய்வினையை அனுபவிப்பதும் எதற்குமே இல்லை.

கவுடபாதரின் இக்கருத்துக்கள், சங்கரரின் 'பிரம்மம் உண்மையானது உலகம் பொய்யானது, ஜீவன் பிரம்மமேயாகும்' என்பதிலிருந்து மிகவும் வேறுபட்டுள்ளது: அது பவுத்தர்களின் சூனியவாதத்துக்கு அருகில் உள்ளது.

2. சங்கராச்சாரியார் (கி.மு. 788-820)

1. வாழ்க்கை: கி.பி. 788ஆம் ஆண்டில் மலபாரில் (கேரளா) ஒரு பிராமணக் குடும்பத்தில் சங்கரர் பிறந்தார். சங்கரர் தாயின் வயிற்றில் இருக்கும்போதே, அவரது தந்தை சிவகுரு காலமாகிவிட்டார். அதனால் அவரை வளர்க்கும் பொறுப்பும் அவருக்கு ஏற்பட்டது. அந்தக் காலத்தில் பவுத்தர்கள் பிராமணர்கள், ஜைனர்கள் அனைவருமே அதிகபட்சமானவர்களைச் சந்நியாசிகளாக மாற்றுவதற்குப் போட்டி போட்டுக்கொண்டிருந்தனர். எட்டு வயதுள்ள சிறுவனான சங்கரனைக்

கோவிந்தர் என்னும் சந்நியாசி பார்த்தார். அவர் சங்கரனைத் தனது சீடனாக்கிக் கொண்டார். கோவிந்தருக்குத் 'தீட்சை' அளித்த குருநாதராகக் கவுடபாதர் இருந்தாலும், சங்கரரின் கல்விக் குரு மட்டும் அவரேயாவார். ஒன்றுக்கு மேற்பட்ட 'சங்கர திக்விஜயங்களில்' அவர் புரிந்த பெரும் சாஸ்திர சர்ச்சைகள் பற்றியும், அவரது தெய்வீகமான மேதா விலாசம் குறித்தும், அவர் நிகழ்த்திய அற்புதங்களைப் பற்றியும் கதைகதையாகக் கூறப்பட்டிருக்கிறது. ஆனால், ஒவ்வொரு சம்பிரதாயமும் தனது ஆசாரியரைப் பற்றி இப்படியே மிகைபடச் சொல்லிக் கொள்கிறது. ஆனால், சங்கரர் ஒரு மேதாவி இளைஞர் என்பதில் ஐயமில்லை. முப்பத்திரண்டு ஆண்டுகள் மட்டுமே வாழ்ந்த, குறைந்த வயதில் வேதாந்தத்தின் மீதும், பத்து முக்கிய உபநிஷத்துக்களின் மீதும் சிறந்த, கருத்துச் செறிவுள்ள விரிவுரைகள் எழுதியிருப்பதானது, அவருடைய உயர்ந்த அறிவுக்குச் சிறந்த உதாரணமாகும். அவர் புரிந்ததாகச் சொல்லப்படும் சாஸ்திர சர்ச்சைகளைக் குறித்து நம்மால் இதுதான் கூற இயலும்: "சங்கரரின் சம காலத்தவரான சாந்த ரட்சிதர் மட்டுமல்ல, அவருக்குப் பின்னர் கமலசீலர் (கி.பி. 850), ஜிதாரி (கி.பி. 1000) போன்ற தத்துவ அறிஞர்கள் அவரைப்பற்றி ஒன்றுமே அறிந்திருக்கவில்லை. பவுத்தர்களின் அம்புப் பொதியிலிருந்து சில அம்புகளை எடுத்துக் கொண்டு சங்கரர் தனத சொந்த ஆயுதக் கிடங்கை அமைத்துக் கொண்டாற்போல் தோன்றுகிறது. இந்த ரகசியத்தை முதலில் சங்கரரின் "வேதாந்த பாஷ்ய"த்துக்கு விரிவுரை எழுதிய வாசஸ்பதி மிஸ்ரா தெரிந்து கொண்டார் (கி.பி. 841). ஆனால், இந்த ரகசியம் நீண்ட காலம் வரை வெளிவராமலேயே இருந்து வந்தது. துருக்கியரின் படையெடுப்பிலிருந்து தம்மைப் பாதுகாத்துக் கொள்ளப் பவுத்தத் தத்துவ அறிஞர்கள் இந்தியாவை விட்டு இமயத்தைக் கடந்தும், கடலைத் தாண்டியும் ஓடிச் சென்ற பின்னர்தான் இந்த ரகசியம் வெளியுலகத்திற்குத் தெரிய வந்தது. கி.பி.1206இல் இந்தியாவின் கடைசி பவுத்த ஆசாரியரான சாக்கிய ஸ்ரீபத்ரர் (1127-1225) இந்தியாவை விட்டுச் செல்வதற்கு முன்பாக, சங்கரருக்கு ஸ்ரீஹர்ஷர்* (கி.பி. 1198) போன்ற ஒரு சிறந்த விரிவுரையாளர் கிடைத்து விட்டார்.

2. சங்கரரின் தத்துவக் கருத்துக்கள்: சங்கரர் எல்லா நூல்களிலும் தனது முத்திரையைப் பதித்தாலும், வேதாந்த சூத்திரங்களில் முதல் நான்கு சூத்திரங்களுக்கு எழுதிய விளக்கவுரையில் அவர் மிகவும் சுதந்திரமாகச் செயல்பட்டுள்ளார். பவுத்தர்களின் 'பாதுகாத்த உண்மையை'யும், 'பரமார்த்த சத்தியத்'தையும் தனது முக்கிய ஆயுதங்களாக்கிக் கொண்டு பிரம்மத்தை மட்டுமே ஒரேயொரு

---

* ஸ்ரீஹர்ஷர்: சங்கரரின் சித்தாந்தத்தின் மீது இயற்றப்பட்ட 'கண்டன் கண்ட காத்ய' நூலின் ஆசிரியர். இவர் கன்னோஜ் அரசரான ஜயசந்திரரின் அரசவைப் புலவர்.

உண்மைப் பொருளாகக் கருதி அவர் நடைமுறை உண்மைகளாக அறிவாலும், அறிவுக்கு அதீதமானதாலும் அடையக்கூடிய பிராமணச் சித்தாந்தங்களை ஏற்றுக் கொண்டார்.

(1) வேதங்கள் சுய அத்தாட்சியுடையவை: வேதங்களின் சொல்லே சுய அத்தாட்சியுடையதாகும். மற்ற நேரிடை அத்தாட்சியும், அனுமான அத்தாட்சியும் வேதச் சொல்லின் உதவியால் மட்டுமே அத்தாட்சிகளாக முடியும். 'மீமாம்ஸா' தத்துவ இயலாளரின் இக்குருட்டுப் பிடியை நடைமுறையில் சங்கரரும் முரட்டுப் பிடியாகப் பிடித்துக் கொண்டிருந்தார். தர்க்கம் செய்யும் (வாதம் செய்யும்) ஒருவன், தனது வாத பலத்தால் ஒரு விஷயத்தை நிரூபிக்கிறான். அவனைக்காட்டிலும் அதிகத் திறமையுள்ள மற்றொருவன், முதலாமவன் சொல்லியதைத் தவறானதென்று நிரூபித்து விடுகிறான். ஆகவே, நாம் தர்க்கத்தில் எந்த ஒரு நிலையான இடத்திலும் நின்றுவிட முடியாது. உபநிஷதத்தின் மூலமாகவே நாம் உண்மையை அடைய முடியும். உபநிஷத்துக்களின் கருத்தைப் புரிந்து கொள்வதற்காகவே தர்க்கத்தை (வாதத்திறமையை) பயன்படுத்திக் கொள்ளலாம். சங்கரரின் கருத்தில், வேதாந்த சித்தாந்தங்களின உண்மை தர்க்கத்தையோ அறிவையோ சார்ந்திருக்கவில்லை. அதற்குப் பதிலாக அவை உபநிஷத்துக்களை மட்டுமே சார்ந்திருக்கின்றன. ஆகவே பிராமணத்தைக் குறித்துச் சங்கரரின் கருத்துக்களும், ஜைமினி, குமாரிலர் போன்றவர் களின் கருத்துக்களும் ஒன்றேயாகும்.

(2) பிரம்மமே உண்மையானது: அனந்த காலத்திலிருந்து தொடர்ந்து வந்து கொண்டிருக்கும் அஞ்ஞானத்தாலேயே பல்வேறு வேற்றுமைகள் காணப்படுகின்றன. அதனாலேயே பிறப்பு, முதுமை, இறப்பு முதலிய உலகத் துன்பங்கள் ஏற்படுகின்றன. இந்த அனைத்துத் துன்பங்களின் வேரை அறுத்தெறிய 'ஆன்மா ஒன்றே உண்மையானது' என்னும் ஞானம் அவசியமாகும். ஆன்மாவின் இந்த இணைப்பையே ஆத்மா- பரமாத்மாவை ஒன்றாகவே முக்கிய நோக்கமென்று சங்கரர் கூறுகிறார். அந்தப் பிரம்மம் உண்மையானதும் உணர்ச்சி மயமானதும், ஆனந்த மயமானதுமாகும். உண்மையும், உணர்ச்சியும், ஆனந்தமும் பிரம்மத்தின் குணங்களாகும். அது இக்குணங்கள் நிறைந்ததாகும். என்றாலும் இதுவும் சரியல்ல! ஏனெனில் குணங்கள்- குணங்களுடையது என்னும் கற்பனை வேற்றுமைகளையும், வேற்றுமை உணர்வையும் ஏற்படுத்துகிறது. ஆகவே, அது குணங்களற்ற உண்மையுருவாகும். மனச் சம்பந்தமான விஷயங்களும், உடல் சம்பந்தமான பொருட்களும் மறைந்தும் மாறிக்கொண்டும் இருக்கின்றன. அவற்றுக்குள்ளே மாற்றமில்லாத ஒரு பரமதத்துவம் பொதிந்துள்ளது. வெளியுலகப்

பொருட்களின் உண்மையைத் தேடிக் கண்டுபிடிக்க மற்ற எல்லாத் தத்துவ இயல்களும் அத்தாட்சிகளை நாடுகின்றன. ஆனால் வேதாந்தம் (உபநிஷத்துகளும், ஆரண்யகங்களும்) வெளியுலகக் காட்சிகளின் (பொருட்களின்) அடியில் இருக்கும் பரம சத்தியத்தைத் தேடுகிறது. இதனாலேயே வேதாந்தத்துக்கு முன் மற்றெல்லாச் சாஸ்திரங்களும் துச்சமானவை!

இதைக் குறித்து ஒரு செய்யுள் புழக்கத்தில் இருக்கிறது; "மகாபலசாலியான வேதாந்தச் சிங்கம் கர்ஜிக்காதவரை, மற்ற சாஸ்திரங்கள் காட்டில் நரிகளைப் போல் ஊளையிட்டுக் கொண்டே இருக்கும்."

(3) ஜீவனும், அஞ்ஞானமும்: பிரம்மம் என்னும் ஒரு தத்துவம் மட்டுமே இருக்கிறது. மற்ற வேற்றுமைகளெல்லாம் தவறான கருத்துக்களாகும். இதை ஒப்புக் கொண்டால், பிரம்மத்திலிருந்து வேறுபட்ட 'ஜீவன்' என்னும் கருத்து சரியென்று படுவதில்லை. "நான் அறிகிறேன்!"- இங்கே அறியும் 'நான்' என்பதிலிருந்து ஜீவன் நிரூபணமாகிறது என்று சொல்வது சரியல்ல. ஜீவன் என்ற உணர்வும், அதிலிருந்து தோன்றும் ஞானமும் வெறும் பிரமையேயாகும். சிப்பியைப் பார்த்து வெள்ளி என்ற பிரமையும், கயிற்றைக் கண்டு பாம்பென்ற பிரமையும், பாலைவன மணலில் நீரென்ற பிரமையும் ஏற்படுவதைப் போன்றதே, ஜீவன் என்னும் ஞானமும் வெறும் பிரமையேயாகும். அறிந்தவன், ஞானம், அறியத் தகுந்தது என்னும் வேற்றுமைகளை விட்டு, அனுபவத்தை மட்டுமே நம்மால் உணர இயலும். ஏனெனில் வேற்றுமைகளுக்கு முதலும், முடிவும் இல்லாததால், நிகழ் காலத்தில் அவற்றுக்கு இடமில்லாததால், அனுபவம் ஒன்றே முக்காலத்திலும் ஒன்றாகவே இருக்கும். அனுபவம் மட்டுமே பிரம்ம மாகும். ஆகவே பிரம்மம் தவிர, வேற்றுமையைத் தோற்றுவிக்கக்கூடிய 'நான் மனிதன்' போன்ற கருத்து வெறும் பிரமை மட்டுமேயாகும். ஞானத்தின் செயல் புரிபவனையே 'அறிந்தவன்' என்கிறோம். செயலாற்றுபவன் சலனமில்லாமல் இருக்க முடியாது. அப்படிப்பட்ட சலனமுள்ள ஜீவனுக்கு, எல்லாச் சலனங்களுக்குமிடையேயும் உள்ள மாற்றமற்ற ஆன்ம தத்துவத்தில் எப்படி இடம் இருக்க முடியும்? வெளியுலகப் பொருட்களில்லாமல் எவரையும் 'அறிந்தவன்' என்று சொல்ல மாட்டோம். அறியக்கூடியது, காட்சி, உலகம்- இவைக ளெல்லாம் வெறும் பிரமைகளே! 'நான் அறிகிறேன்' என்னும் அனுபவம் எல்லா நிலைமைகளிலும் ஏற்படுவதில்லை. ஆழ்ந்த உறக்கத்திலும், மூர்ச்சையடையும் போதும் இவ்வனுபவம் ஏற்படுவ தில்லை. ஆனால், ஆன்மாவின் 'நான்' என்பதற்ற அனுபவம்

அந்நிலைகளிலும் இருக்கிறது. ஆகவே 'நான்' என்னும் எண்ணமும், அதிலிருந்து ஜீவனின் கற்பனையும் தவறானவையாகும். ஒரு கண்ணாடியில் நமது முகமோ, சந்திரனின் பிரதிபிம்பமோ காணப் படுகிறது; ஆனால் அது உண்மையான முகமோ சந்திரனோ அல்லவென்று எல்லாருக்குமே தெரியும். அவை வெறும் பிரமையே! இதே போல், குணங்களற்ற பிரம்மத்தின் 'நான்' என்பதோ, 'அறிந்தவன்' என்னும் எண்ணமோ அஞ்ஞானத்தால் தோன்றுபவையே! அவை வெறும் பிரமையே! உண்மையில் பிரம்மத்தில் 'அறிந்தவன்', 'ஜீவன்' என்ற எண்ணங்களைத் தோன்றச் செய்யும் தாயே இந்த அஞ்ஞானமாகும். பிரம்மத்தை மறைத்திருக்கும் அஞ்ஞானத்திரை ஜீவனைத் தோற்றுவிக்கிறது.

பிரம்மத்தைத் தவிர வேறெந்தத் தத்துவத்தையும் ஏற்றுக் கொள்ளாத அத்வைத வேதாந்திகளிடத்தில் இந்த அஞ்ஞானம் என்பது எங்கிருந்து வந்துவிட்டது? 'அவித்யா' என்பது அஞ்ஞான உருவமானது; பிரம்மம் ஞான உருவமானது. இரண்டு ஒளியும் இருளும் போலவே ஒன்றுக்கொன்று பூரணமாக எதிரிடையானவை: ஒன்று மற்றொன்றுடன் சேர்ந்திருக்காதவை. பிரம்மத்தின்மேல் அஞ்ஞானத் திரை விழுவது, ஒளியின் மேல் இருளின் திரை விழுவது போலாகும். பொருள் உலகத்தைப் பற்றிய அர்த்தமற்ற பேச்சால் இப்படிப்பட்ட ஆயிரக்கணக்கான கேள்விகளுக்கு அத்வைதிகள் ஒரே பதில்தான் அளிக்க இயலும்: உபநிஷத்துகள் கூறியதுதான் உண்மையாகும்.

(4) உலகம் பொய்யானது: பிரமாண சாஸ்திர (அத்தாட்சி இயல்)த்தின் கண்ணோட்டத்தில் சித்தித்தால், காட்சிகள் நிறைந்த உலகம் நிகழ்காலத்தில் மட்டுமே இருக்கிறதென்பது தெரியவரும். உலகம் மாறிக் கொண்டே இருப்பதிலிருந்து அது இதற்கு முன்பு இருந்ததில்லை. இனியும் இருக்கப் போவதில்லை என்பது தெரிய வருகிறது. இப்படியாக அது எல்லாக் காலங்களிலும் இருக்கிறது என்கின்ற வாதம் தவறானதாகி விடுகிறது. உண்மையில் உலகம் முக்காலங்களிலும் இருக்கவில்லை. 'உலகம் இருக்கிறது' என்பதில் உலகத்தின் ஊகம் பிரமையை அடிப்படையாகக் கொண்டதாகும். 'இருக்கிறது' (ஸத்) என்பது பிரம்மத்தின் 'சொந்த உருவமாகும். 'இருக்கிறது' என்பது இல்லாவிட்டால், உலகமே தென்படாது. ஆகவே உலகம் என்னும் பிரமையை உண்டாக்குவது பிரம்மமேயாகும். பாம்பென்ற பிரமையை உண்டாக்குகிற கயிற்றைப்போல், வெள்ளி என்ற பிரமையைத் தோன்றச் செய்யும் சிப்பியைப்போல் இதுவுமாகும்.

(5) மாயை: 'முதலிலும் கடைசியிலும் இல்லை, நிகழ்காலத்திலும் அதேபோல்' என்பதின்படி, இவ்வுலகம் வாஸ்தவத்தில் இல்லவே இல்லை. அப்படியிருந்தும் இருப்பதுபோல் ஏன் தோன்றுகிறது?

அதுதான் 'மாயை' என்பது. வித்தை செய்து காட்டுகிறவன், ஒரு வினாடிக்குள் பல ரூபாய்களைச் செய்து காட்டுகிறான். அவையெல்லாம் உண்மையான ரூபாய்களா? அவை, உண்மையானவையாக இருந்தால், அவன் வேடிக்கை காட்டி, ஒவ்வொரு காசுக்கும் கையேந்த வேண்டிய அவசியம் இல்லையே, அவை என்ன ரூபாய்கள்? மாயை! மாயையைத் தவிர வேறில்லை! இதேபோல் உலகமும் மாயையே! தாயும் மாயை. தந்தையும் மாயை மனைவியும் மாயை, மகனும் மாயை, நல்லதும் மாயை, கெட்டதும் மாயை. பசியால் துடிதுடித்துக் கொண்டிருக்கும் வயிறும் மாயை, சோம்பேறி பணக்காரரின் புடைத்துக் கொண்டிருக்கும் தொந்தியும், முரட்டு மீசையும் மாயை, சாட்டையடிகளால் ரத்த வெள்ளத்திலேயே துடிக்கும் அடிமையும் மாயை, நிரபராதியை ஈவிரக்கமில்லாமல் சாட்டையால் விளாசும் ஆண்டானும் மாயை, திருடனும் மாயை, செல்வந்தனும் மாயை, அடிமை இந்தியாவும் மாயை, சுதந்திர பாரதமும் மாயை, ஹிட்லரின் வன்முறையும் மாயை, காந்திஜியின் அகிம்சையும் மாயை, அதர்மமும் மாயை, அடிமைத் தளையும் மாயை, விடுதலையும் மாயை... உலகம் ஒரு மாயை; வேறொன்றுமில்லை.

சமுதாயத்தில் நிலவும் ஏற்றத்தாழ்வுகளையும், அக்கிரமங்களையும் அநியாயங்களையும் தொடாமல் அப்படியே பாதுகாக்கும் வலுவான ஆயுதமாக விளங்கும் சங்கரரின் மாயாவாதம் இதுதான்!

மாயை பிரம்மத்தை எப்படிச் சுற்றிக் கொண்டிருக்கிறது? சங்கரர் இந்தக் கேள்வியையே தவறாகத் தெரிவிக்கிறார். உண்மையில் சுற்றிக் கொண்டிருப்பதென்பதே இல்லை. சலனமற்று ஒரே நிலையாக இருக்கும் பிரம்மம் மேல் வேறெதும் முத்திரை பதிக்க முடியாது. அப்படி இருக்கும்போது அதைச் சுற்றிக் கொண்டிருப்பதென்று எப்படிச் சொல்ல முடியும்? மாயையில் உண்மை எதுவுமில்லை. உண்மை (அத்வைத பிரம்மம்) தோன்றியவுடனே, அஞ்ஞானம் மறைந்துவிடுகிறது. மாயை என்றால் என்ன? அது விளக்க முடியாதது என்று மட்டுமே இக்கேள்விக்குப் பதிலளிக்க முடியும். பொருளே இல்லாதபோது, அதை உண்மையென்று சொல்ல இயலாது. உலகம் ஜீவன் ஆகியவைகளிடையே உள்ள வேற்றுமைகள் நமக்குத் தெரிகின்றன. எனவே அவற்றைப் பூரணமாகப் பொய் என்றும் சொல்லிவிட முடியாது. இப்படியாக அவற்றை உண்மையிலிருந்தும், பொய்யிலிருந்தும் விளக்க முடியாதென்று கூறலாம்.

(6) முக்தி: மோட்சத்தைப் பற்றிக் கேள்வி எழுப்பினால் சங்கரர், அடிமைத் தளைகளும், முக்தியும் இல்லையென்று மறுத்து விடுகிறார். ஆனால், அக்காலத்திய தாந்திரீகர்களின் இரட்டை நன்னடத்தை

போலவே, சங்கரரும் தனது இரட்டைச் சித்தாந்தத்தை வெற்றிகரமாகப் பயன்படுத்த முடியும். அதனாலேயே அவர் நடைமுறை உண்மை யுருவத்தில் அடிமைத் தளைகளையும், முக்தியையும் ஒப்புக் கொள்ள நிராகரிக்கவில்லை. அஞ்ஞானம் தான் அடிமைத் தளைகளாகும். "அதனாலேயே ஜீவனுக்குப் பிரமை உண்டாகிறது. "எஞ்சியில்லாத, நிரந்தரமான, புனிதமான அறிவார்ந்த முக்திபெற்ற, சுய ஒளியுள்ள, ஆன்மாவான பிரம்மம் நான்" என்ற ஞானம் தோன்றும்போது, அஞ்ஞானம் மறைந்துவிடுகிறது. எதனோடும் ஒட்டியிருக்கிறோம் என்னும் பிரமை போய் விடுகிறது. இதைத்தான் 'முக்தி' என்கிறோம். "பிரம்மம் வேறல்ல-" இதுதான் ஞானமாகும். இந்த ஞானத்தை அடைந்த ஜீவன் அடிமைத் தளையிலிருந்து விடுதலை பெற்று விடுகிறான். ஒன்றுடன் இணைந்திருக்கிறோமென்னும் ஞானமே பிரமையாகும். உண்மை ஞானம் உண்டாகும்போது இந்தப் பிரமை இருப்பதில்லை. "நான் பிரம்மம்" என்கின்ற உபநிஷதத்தின் மாபெரும் வாக்கியம் மட்டுமே எல்லாவற்றையும் விட மகத்தான உண்மையாகும்.

நடைமுறையில் அடிமைத்தளையை ஒப்புக் கொண்டால், அதிலிருந்து விடுபட விரும்புபவனுக்கு வழிகளும் சொல்ல வேண்டி வரும் சங்கரர் இங்கே அசல் துவைதவாதியைப் போல் நான்கு வழிகள் கூறினார்: (1) சாஸ்வதமான- சாஸ்வதமற்ற பொருள்களின் வித்தியாசத்தை அறிவது (2) இந்த உலகத்தின் மறு உலகத்தின் பலன்களை அனுபவிக் காமல் தனித்து நிற்பது, (3) மனத்தையும், புலன்களையும் கட்டுப் படுத்துதல், தியாக மனப்பான்மை, துன்பத்தைப் பொறுத்துக் கொள்ளுதல், பக்தி மனத்தை ஒருநிலைப்படுத்துதல், (4) முக்தி பெற வேண்டுமென்ற தீவிர கோரிக்கை.

(7) "மறைமுக பவுத்தர்": சங்கரரின் தத்துவ இயலை மேலெழுந்த வாரியாகக் காணும் போது, அவர் பிரம்ம தத்துவத்தை ஏற்றுக் கொள்கிறார் என்பதும், உபநிஷத்துகளில் சொல்லப்பட்ட ஆத்ம ஞானத்துக்குப் பெரும் முக்கியத்துவம் அளிக்கிறார் என்பதும் தெரிகிறது. ஆனால் துருவிப் பார்த்தால், சங்கரரின் சித்தாந்தமான 'மாயாவாதம்' பவுத்த ஆசாரியரான நாகார்ஜுனரின் 'சூனிய வாதம்' தவிர வேறல்ல என்பது தெரியும். சங்கரர் தத்துவத்துக்கு அடிப்படை யானவரான கவுடபாதர் புத்தர், நாகார்ஜுனர். ஆகியோரின் தத்துவத்தை நேரிடையாகப் பின்பற்றுபவராவார். சங்கரரின் சீடர்களில் தலைசிறந்த வரான ஸ்ரீஹர்ஷரின் நூலான "கண்டன் கண்ட காத்ய" ராமர் துதி போன்ற ஒரு சில விஷயங்கள் தவிர, பவுத்தர்களின் சூனியவாத நூலாகவே இருக்கிறது. அதனாலேயே ராமானுஜ வேதாந்தத்தின் விளக்க நூலான "சுருத பிரகாசிகா"வின் ஆசிரியரான பராங்குசதாஸ் ' வியாசர்' கூறுகிறார்:

"சங்கரரின் சீடர்களே! பவுத்தர்களுக்கு வேதங்கள் பொய்யானவை போல், உங்களுக்கும் வேதங்கள் பொய்யானவை. பவுத்தர்களுக்கு வேதங்கள் பிரமாணங்கள் (அத்தாட்சிகள் அல்ல) என்பது போல உங்களுக்கும் வேதங்கள் பிரமாணங்கள் அல்ல. உங்களிருவருக்கும் ஜீவன் பொய்யானது. அதே போல் ஞானமும், அதன் பலனான முக்தியும்கூடப் பொய்யானவை. இப்படியாக நீங்களும், பவுத்தர்களும் சகோதரர்களேயாவீர்கள்."

இதனாலேயே சங்கரர் 'மறைமுகப் பவுத்தர்' என்று சொல்லப் படுகிறார்.

அனுபந்தம்
துணை நூல்கள்

	:	ரிக்வேதம் சதபத பிராமணம் உபநிஷத்துக்கள் (ஈஸ், கேள், கட்பிரஸ்ன, முண்டக, மாண்டூக்ய, ஐதரேய, தைத்ரீய, சாந்தோக்ய, பிரகதாரண்யக ஸ்வேதாஸ் வர, கவுஷீதக, மைத்ரீ) மகாபாரதம் பகவத் கீதை பரம ஸம்ஹிதா (பஞ்ச ராத்ர)
அட்சபாதர் (கவுதமர்)	:	நியாய சூத்திரம்
கணாதர்	:	வைசேஷிக சூத்திரம்
பதஞ்சலி	:	யோக சூத்திரம்
பாதராயணர்	:	வேதாந்த சூத்திரம்
ஜைமினி	:	மீமாம்ஸ சூத்திரம்
ஈசுவர கிருஷ்ணர்	:	சாங்கிய காரீகா
பிரஷஸ்த பாதர்	:	வைசேஷிக பாஷ்யம்
உத்யோத்கர்	:	நியாய வார்த்திகம்
ஜயந்த பட்டர்	:	நியாய மஞ்சரி
கவுடபாதர்	:	மாண்டூக்ய காரிகா
சங்கரர்	:	வேதாந்த பாஷ்யம்

ராமானுஜர்	:	வேதாந்த பாஷ்யம்
பராங்குசதாசர்	:	சுருத பிரகாசிகா (வேதாந்த பாஷ்ய விரிவுரை)
ஸ்ரீஹர்ஷர்	:	கண்டன் கண்ட காத்ய
மத்வாசாரியார்	:	சர்வ தர்ஷன் ஸங்க்ரஹ்
பாணர்	:	ஹர்ஷ சரிதம்
பர்த்ருஹரி	:	வைராக்கிய சதகம்
வராகமிகிரர்	:	பிரஹத் ஸம்ஹிதா
ராகுல் சாங்கிருத்யாயன்	:	புத்தர் சர்யா
		விஸ்வ கீ ரூபரேகா
		மானவ சமாஜ்
		வைக்ஞானிக் பவுதிகவாத்
		ஈரான்
		குரான் சாரம்
		புராதத்வ நிபந்தாவலி
Das Gupta (S.N.)	:	History of Indian Philosophy (2 vols.)
Radhakrishnan (S.)	:	Indian Philosophy (2 vols.)
Vidya Bhushan (S.C.)	:	History of Indian Logic.

●●●